እርሱ ተነሥቶአል!

መሥሪያ መጽሐፍ

እርሱ ተነሥቶአል! መሥሪያ መጽሐፍ

ከጂውሽ ቮይስ ኢንተርናሽናል ጋር በመተባበር የተዘጋጀ

መብቱ ሁሉ የተጠበቀ። ይህን መሥሪያ መጽሐፍ የሚገዛ ሰው በግሉ ወይም ክፍል ውስጥ ብቻ እንጂ፣ ለሽያጭ ሊጠቀምበት አይገባም። ከላይ ያለው እንደ ተጠበቀ ሆኖ፣ ከአሳታሚው በጽሑፍ ፈቃድ ሳይገኝ፣ ይህን መሥሪያ መጽሐፍ በሙሉ ወይም በከፊል ማተም ወይም ማባዛት አይፈቀድም።

ባይብል ፓዝዌይ አድቬንቸር የBPA አታሚ ንግድ ምልክት ነው።

ISBN: 978-1-998142-03-3

ጸራሲ - ረዳት መሥራች ፒፕ ሬይድ
ዳይሬክተር - ረዳት መሥራች ከርቲስ ሬይድ

ከለር የሚደረጉትን ገጾች ጨምሮ መጽሐፍ ቅዱስ ማጥኛዎችን፣ መሥሪያ ገጾችን፣ ጥያቄና መልሶችንና ሌሎች ነገሮች በተመለከተ ቀጥሎ ያለው ዌብሳይታችንን ይጐብኙ

www.biblepathwayadventures.com

www.jewishvoice.org

መግቢያ

‹‹ልጅን የሚሄድበትን መንገድ አስተምረው፤ በሚሸምግልበት ጊዜ ከዚያ ፈቀቅ አይልም።››
(ምሳሌ 22፥6)

ጂዊሽ ቮይስ ኢንተርናሽናል በዓለም ዙሪያ ላሉ ልጆች ዜሕራ ሕፃናት በተሰኘ የትምህርት ፕሮግራም መጽሐፍ ቅዱስ ማጥኛ ለማዘጋጀት ከባይብል ፓዝዌይ አድቬንቸር ጋር ይሠራል፡ ፡ ይህ መሥሪያ መጽሐፍ በሰማያዊ ጥሪ እና ዓላማ ያድጉ ዘንድ ትውልድ እንዲባረክበት እንጸልያለን።

ባይብል ፓዝዌይ አድቬንቸር አዝናኝ በሆነና ፈጠራ በታከለበት መንገድ ለልጆች መጽሐፍ ቅዱሳዊ እምነት እንዲያስተምሩ መምህራንን ይረዳል። ይህንንም የምናደርገው www.biblepathwayadventures.com በተሰኘው ዌብሳይታችን ውስጥ በሚገኘው ስዕላዊ የታሪክ መጻሕፍት፣ መሥሪያ መጻሕፍት እና በሌሎች ሕትመት ውጤቶች አማካይነት ነው።

◆◇ ማውጫ ◇◆

በጊዜ ውስጥ ወደ ኋላ መመለስ

ራእያችን ልጆቻችሁን መጽሐፍ ቅዱሳዊ እምነት ማስተማር እንድትችሉ ባሕላዊ፣ ታሪካዊና መጽሐፍ ቅዱሳዊ እውነት ማቅረብ ነው፡፡ መጽሐፍ ቅዱስን በጥንቱ የዕብራይስጥ ዐውድ ስናነብ የበለጠ ሕያው ይሆንልናል፤ የእምነቱ ውበትና ባለ ጠጋነት የበለጠ ግልጽ ይሆንልናል፡፡

የሹዋ የሚለውን የመሳሰሉ የዕብራይስጥ ሰሞች የምንጠቀመው ለምንድነው? ምክንያቱም ይህን ጥንታዊ ስም እና ባሕል ስንረዳ የመጽሐፍ ቅዱስን ታሪክ ባለ ጠጋነት በትክክለኛ ይዘቱ መገንዘብ ያስችለናል – ከዘመኑ ምዕራባዊ ዕይታ አንጻር ብቻ ካየነው ግን፣ ብልጥግናውና ትክክለኛው ግንዛቤ ሊያመልጠን፣ ሊለወጥ ወይም ዐቅም ሊያጣ ስለሚችል ነው፡፡

ለምሳሌ ማቴዎስ 26÷34፣ ዶሮ ከመጮኹ በፊት ሦስት ጊዜ ትክዷኛለህ ይላል፡፡ በባሕላዊና በታሪካዊ ዐውዱ መሠረት እየተናገረ የነበረው ስለ ዶሮ መጮኽ ሳይሆን፣ የሹዋ በዚህ ምድር በነበረበት ዘመን የጠዋቱ የቤተ መቅደስ አገልግሎትና መሥዋዕት መድረሱን ለማመልከት የሚጮኸውን የቤተ መቅደስ ጫጪ ወይም ካህን ነው፡፡ ጂሰስ የሚለው የእንግሊዝኛ ቃል ጥቅም ላይ የዋለው ከ500 ዓመት ወዲህ እንደ ነበር ታውቃላችሁ? ይህም ማለት ማርያምና ደቀ መዛሙርቱ መሲሑን የሚጠሩት በትክክለኛው የዕብራይስጥ ስሙ የሹዋ በማለት ነበር ማለት ነው፤ ይህም፣ እግዚአብሔር ያድናል ወይም፣ እግዚአብሔር መድኃኒቴ ነው ማለት ነው፡፡ አይገርምም!

ስለሆነም በጊዜ ውስጥ ወደ ኋላ በመመለስ መጽሐፍ ቅዱስን በትክክለኛው ባለ ጠጋነቱና ውበቱ ለመረዳት እንሞክር!

ትምህርት 1 የትምህርቱ ዕቅድ

የመጨረሻው ራት

አስተማሪው :- ___________________________________

የዛሬው የመጽሐፍ ቅዱስ ምንባብ፦ ማቴዎስ 26÷1-56፤ ሉቃስ 22÷1-53፤ ዮሐንስ 13÷1-18÷14

የእንኳን መጣችሁ ጸሎት፡-

ትምህርቱን ከመጀመርህ በፊት ከልጆቹ ጋር አጭር ጸሎት አድርግ።

የትምህርቱ ግቦች፡-

በዚህ ትምህርት ልጆቹ፡-

1. በመጨረሻው ራት ምን እንደሆነ
2. የሹዋን አሳልፎ የሰጠው ደቀ መዝሙር ማን እንደ ነበር

ይማራሉ።

ይህን ታውቃላችሁ?

በአካባቢው ዕብራይስጥ ቋንቋ ጌቴሴማኒ፣ 'የወይራ መርገጫ' ማለት ነው። በጌቴሴማኒ ብዙ የወይን ዛፎች ነበሩ።

የመጽሐፍ ቅዱስ ትምህርት ዳሰሳ፡-

የቂጣ በዓል መጀመሪያ ላይ የሹዋ(ኢየሱስ) እና ደቀ መዛሙርቱ የፋሲካን ምግብ በኢየሩሳሌም በሉ። የሹዋ ጸለየ፤ ስለ እንጀራውና ወይኑ እግዚአብሔርን አመሰገነ። እየተመገቡ ሳለ፣ ከእናንተ አንዱ አሳልፎ ይሰጠኛል አላቸው።(ከዚያ በኋላ ይሁዳ ሄዶ ኢየሱስን የት ቦታ እንደሚያገኙት ለሃይማኖት መሪዎቹ ተናገረ። ለዚያም ሰላሣ ጥሬ ብር ከፈሉት። በዚያ ምሽት የእኛ መሲሕ እንደ አንድ ተራ አገልጋይ የደቀ መዛሙርቱን እግር አጠበ። አንዳቸው ሌላውን ማገልገል እንዳለባቸው ሊያስተምራቸው ነበር ያንን ያደረገው። ከዚያም ከከተማው ወጥተው ደብረ ዘይት ተራራ ላይ ወዳለው አትክልት ቦታ ሄዱ። እዚያ የሃይማኖት መሪዎቹ የሹዋን አገኙት፤ አሠሩት፤ የሊቀ ካህናቱ የቀያፋ አማት ወደ ነበረው ወደ ሐና ወሰዱት። በጣም ፈርተው ስለ ነበር ደቀመዛሙርቱ ጌታቸውን ትተው ሸሹ።

ትምህርቱን እንከልስ፡-

ለተማሪዎቹ ጥያቄዎች፡-

1. የሹዋ እና ዷቀመዛሙርቱ በአንድነት የተሰበሰቡት ለምን ነበር?
2. ይሁዳ የሹዋን አሳልፎ የሰጠው እንዴት ነበር?
3. አንዳቸው ሌላውን ማገልገል እንዳለባቸው የሹዋ ለዷቀመዛሙርቱ ያሳየው እንዴት ነው?
4. ከምግብ በኋላ የሹዋ ዷቀ መዛሙርቱን ወዴት ነበር የወሰዳቸው?
5. የሸዋ ሲታሰር ዷቀ መዛሙርቱ ምን ነበር ያዷረጉት?

የእግዚአብሔርን ቃል እንዲያስታውሱ ልጆችን ለመርዳት በቃል የሚያዝ ጥቅስ፡-

መንገዱ እኔ ነኝ፤ እውነትና ሕይወትም እኔው ነኝ። (ዮሐንስ 14÷6)

የሚደረጉ ነገሮች፡-

አጭር የመጽሐፍ ቅዱስ ጥያቄ ፦የመጨረሻው ራት
ዕብራይስጥ እንማር ፦ ቻግ ሐማትዞት
ጥናታዊ መሥሪያ ገጽ፦ ያልቦካ ቂጣ
መሥሪያ ገጽ፦ ያልቦካ ቂጣ
መሥሪያ ገጽ፦ ቃሉ ምን ይላል?
የሚሠራ፦ጥሬ ብር
ከለር መቀባት፦ይህ ሥጋዬ ነው
መሥሪያ ገጽ፦ የወይራ ዛፍ
መሥሪያ ገጽ፦ ዷቀ መዝሙር ምንድነው?
ስዕሉን ማሟላት፦ጌቴሴማኒ አትክልት ቦታ
አጭር የመጽሐፍ ቅዱስ ጥያቄ፦ዷብረዘይት ተራራ
ጥናታዊ መሥሪያ ገጽ፦የሃይማኖት መሪዎቹ

የመዝጊያ ጸሎት

በአጭር ጸሎት ትምህርቱን አብቃ።

Jewish Voice Ministries International

የመጨረሻው ራት

ማቴዎስ 26÷1-56፤ ሉቃስ22÷1-53 እና
ዮሐንስ 13÷1-18÷24 አንብብ።
ከታች ላሉት ጥያቄዎች መልስ ስጥ

1. ከመያዙ በፊት የሹዋ ከደቀ መዛሙርቱ ጋር ምግብ የበላው የት ነበር? ....
2. የበሉትና የጠጡት ምግብ ምን ነበር? ....
3. የሹዋ የማንን እግር ነበር ያጠበው? ....
4. የሹዋን አሳልፎ ለመስጠት ከምግብ ተነሥቶ የሄደው ማን ነው? ....
5. የሹዋ ለደቀ መዛሙርቱ የሰጠው አዲስ ትእዛዝ ምን ነበር? ....
6. የሹዋ ማን እንደሚክደው ነበር የተናገረው? ....
7. በደቀመዛሙርቱ መካከል የተነሣው ክርክር ምን ነበር? ....
8. መሲሑን ከወደድን ምንድነው የምናደርገው?(ዮሐንስ 14÷15) ....
9. ሁሉን ነገር የሚያስተምረን ማን እንደሆነ ነው የሹዋ የተናገረው? ....
10. ከምግብ በኋላ የሹዋ ደቀመዛሙርቱን የት ነበር የወሰዳቸው? ....

እርሱ ተነሥቶአል! መሥሪያ መጽሐፍ

© BPA Publishing Ltd 2023

ቻግ ሐማትዞት

በዕብራይስጥ የቂጣ በዓል ስም ቻግ ሐማትዞት ነው። ይህ በዓል የእስራኤል ልጆች ከግብፅ ወጥቶ መጓዝ የሚከበርበት ነው። ለሰባት ቀን ያልቦካ ቂጣ (እርሾ የሌለው) እንዲበሉ አዶናይ ለእስራኤላውያን ተናገረ።

ቻግ ሐማትዞት

חַג הַמַּצוֹת

የቂጣ በዓል

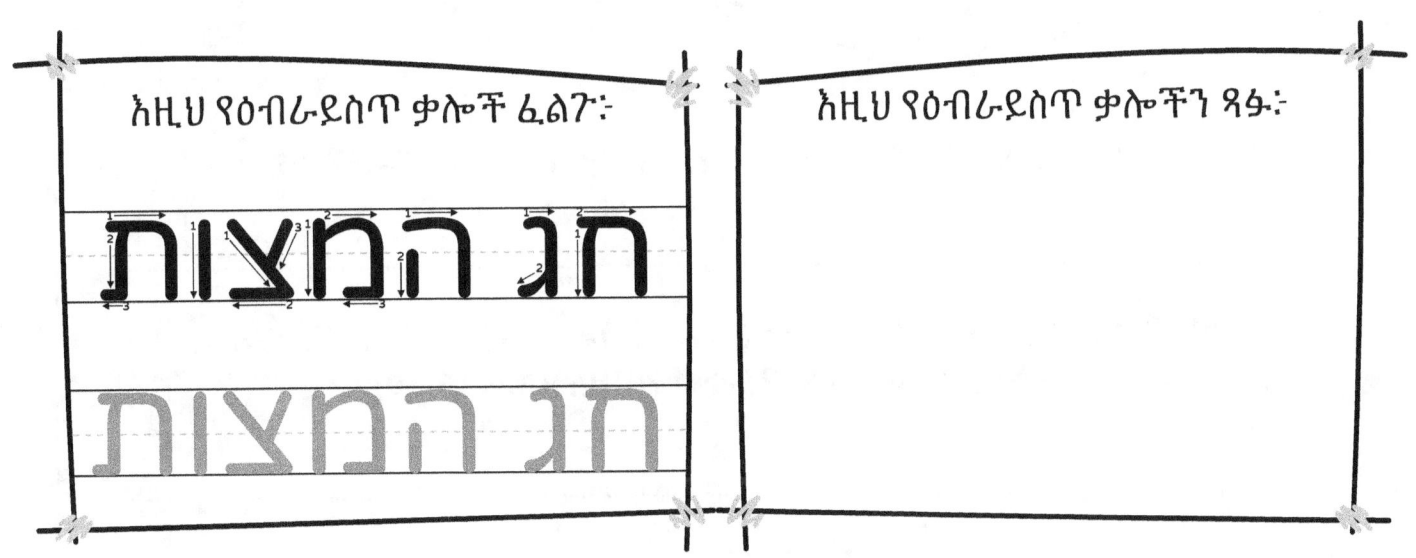

እዚህ የዕብራይስጥ ቃሎቹ ፈልጉ፦

חג המצות

חג המצות

እዚህ የዕብራይስጥ ቃሎችን ጻፉ፦

Jewish Voice Ministries International

ያልቦካ ቂጣ

የእስራኤል ልጆች ከግብፅ የወጡት በችኮላ ስለ ነበር ሊጡ እስኪቦካ ድረስ ጊዜ አልነበራቸውም። ስለዚህም ያልተጋገረ ሊጥ ነበር ተሸክመው የሄዱት። መንገድ ላይ ሳሉ በፀሐይ በሰለ። ቂጣው እርሾ ስላልነበረው ደረቅና ጠፍጣፋ ሆነ፣ ማትዛሕ በመባል ታወቀ። በቂጣ በዓል ጊዜ በየዓመቱ ማትዛሕ መብላት ከግብፅ መውጣታቸውንና እግዚአብሔር በእንዴት ዐይነት ሁኔታ ከባርነት እንዳዳናቸው እስራኤላውያንን ያስታውሳቸዋል። ምንም እንኳ እስራኤላውያን በአካል ነጻ ቢሆኑም፣ አሁንም የግብፃውያንን ሐሰተኛ አማልክት እያመለኩ ነበር። በመንፈሳዊ ሁኔታ ግብፅን ለቅቆ መውጣትን መማር ነበረባቸው። የቂጣ በዓል የሚጀምረው በኒሳን ወር አሥራ አምስተኛ ቀን(መጋቢት -ሚያዝያ)ሲሆን፣ ለሰባት ቀን ይቈያል። ብዙዎች የቂጣ በዓል የአይሁድ በዓል ብቻ እንደሆነ ያስባሉ። መጽሐፍ ቅዱስ ግን ይህ በዓል እግዚአብሔር፣ ከወሰናቸው ጊዜዎች አንዱ እንደሆነ ይናገራል።

ማትዛሕ ከለር መቀባት!

እናንተና ቤተ ሰባችሁ የቂጣ በዓልን የምታከብሩት እንዴት ነው?

....

የቂጣ በዓልን ለማክበር ቤታቸውን እንዴት እንዲያዘጋጁ ነበር እግዚአብሔር ለእስራኤላውያን የነገራቸው?(ዘፀአት 12÷15-19)

....

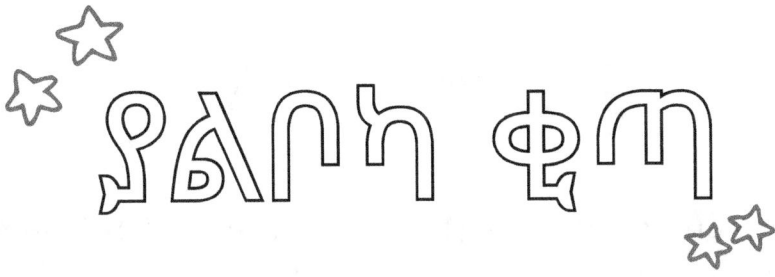

ያልቦካ ቂጣ

የመጨረሻው ራት ላይ እንደ ተገኛችሁ አስቡ ። ለመሲሑ ምን ትሉት ነበር?

የመጨረሻው ራት መጽሐፍ ቢሆን ኖሮ ሽፋኑ ይህን ይመስል ነበር.....

የማትዛሕን ቁራሽ (ያልቦካ ቂጣ)ስዕል ሳሉ።

የቂጣ በዓልን ለማክበር የተሰጠው መመሪያ የሚገኘው የትኛው የመጽሐፍ ቅዱስ ክፍል ውስጥ ነው?

Jewish Voice Ministries International

ቃሉ ምን ይላል?

ማቴዎስ 26÷20-29 አንብቡ፤ ከታች ያለውን ባዶ ቦታ ሙሉ።

<< በመሸም ጊዜ ኢየሱስ .... ጋር በማእድ ተቀመጠ፤ በመብላት ላይ ሳሉም፣ እውነት እላችኋለሁ፣ ከእናንተ አንዱ አሳልፎ ይሰጠኛል አላቸው። እነርሱም እጅግ አዝነው ተራ በተራ፣ ጌታ ሆይ፣ እኔ እሆን ይሆን? አሉት። እርሱም መልሶ እንዲህ አላቸው፤ .... ውስጥ አብሮኝ ያጠቀሰው ነው፤ የሰው ልጅ ስለ እርሱ እንደ ተጻፈው ይሄዳል፤ ነገር ግን የሰውን ልጅ አሳልፎ ለሚሰጠው ሰው ወዮለት፤ ለዚያ ሰው ሳይወለድ ቢቀር ይሻለው ነበር። አሳልፎ የሚሰጠው ይሁዳም፣ መምህር ሆይ፣እኔ እሆንን? አለው። እርሱም፣ አንተ አልህ አለው። እየበሉ ሳሉ፣ ኢየሱስ .... አንሥቶ ባረከ፤ ቈርሶም ለደቀመዛሙርቱ በመስጠት፣ እንካችሁ ብሉ፤ ይህ ሥጋዬ ነው አላቸው ከዚያም ጽዋውን አንሥቶ አመሰገነ፤ ለደቀመዛሙርቱም በመስጠት እንዲህ አላቸው፤ ሁላችሁም ከዚህ ጠጡ፤ ስለ ብዙዎች .... የሚፈስ .... ደሜ ይህ ነው። እላችኋለሁ፤ .... መንግሥት ከእናንተ ጋር በአዲስ መልክ እስከምጠጣበት እስከዚያ ቀን ድረስ ከእንግዲህ ከዚህ የወይን .... አልጠጣም። >>

ከዐሥራ ሁለቱ	ከወጭቱ
ፍሬ	እንጀራውን
አሳልፎ የሚሰጠኝ	የአዲስ ኪዳን
የኀጢአት ይቅርታ	በአባቴ

ጥሬ ብር

የሹዋን አሳልፎ በመስጠት ይሁዳ ምን ያህል ገንዘብ እንደ ተቀበለ ለመረዳት በርሳው ውስጥ ያሉትን የብር ሳንቲሞች ቁጠሩ። ስዕሉን ከለር ቀቡ።

<< ይህ ስለ እናንተ የሚሰጥ ሥጋዬ ነው፤ ይህን ለመታሰቢያዬ አድርጉት። >>

(ሉቃስ 22፥19)

Jewish Voice Ministries International

የወይራ ዛፍ

የሹዋ ከደቀመዛሙርቱ ጋር በጌቴሴማኒ አትክልት ቦታ ጊዜ ያሳልፍ ነበር። ጌቴሴማኒ የሚለው ስም 'የወይራ መርገጫ' ማለት ነው። በዚህ ዘመን የወይራ መርገጫዎች በእስራኤል ምድር ሁሉ ይገኛሉ። ዕብራውያን የወይራ ዘይት የሚሠሩት በጆንያ ያሉትን ወይራ ፍሬዎች አንዱን በሌላው ላይ በማነባበር በሚኖረው ጫና ነው። ከወይራ ፍሬዎቹ ዘይት ለማግኘት ተጨማሪ ጫና ለመፍጠር ጆንያው ላይ ከባድ ግንድ ይቀመጣል። ከዚህ በታች ካሉት ቃላት የወይራ ዛፍ ላይ ምልክት አድርግ። ዛፉን ከለር ቀቡ።

ሥሮች | ቅርንጫፎች | የወይራ ፍሬዎች

ቅጠሎች | ግንድ

Jewish Voice Ministries International

ደቀ መዝሙር ምንድነው?

የሹዋ አሥራ ሁለት ደቀመዛሙርት ነበሩት፡፡ ስማቸው ስምዖን ጴጥሮስ፣ እንድርያስ፣ ያዕቆብ (የዘብዴዎስ ልጅ)፣ ዮሐንስ፣ ፊልጶስ፣ በርተሎሜዎስ፣ ቶማስ፣ ማቴዎስ፣ ያዕቆብ (የእልፍዮስ ልጅ)፣ ታዴዮስ፣ ስምዖን ቀናተኛው እና የአስቆሮቱ ይሁዳ ናቸው፡፡ (ማቴዎስ 10፥1-4 እና ሉቃስ 6፥12-16፡፡) ደቀ መዝሙር መሆን ምን ማለት እንደሆነ እንማር፡፡

ከየሹዋ ዘመን በፊት ደቀመዝሙርነት በዕብራውያን ባሕል የተለመደ ጉዳይ ነበር፡፡ ደቀ መዝሙር ለመሆን መጀመሪያ ቤት ሚድራሽ መጨረስ ይኖርባቸዋል፡፡ ይህም ዕድሜያቸው ከ13-15 የሆኑ ልጆች የቤተሰቡን መተዳደሪያ ሥራ እየተማሩ ሳለ ሙሉውን ቴናክ (ብሉይ ኪዳን) ማጥናት ይኖርባቸዋል፡፡ ከዚያ በኋላ ቤት ሚድራሽ የጨረሱ ልጆች የእርሱ ደቀ መዛሙርት እንዲሆኑ ከአስተማሪው ግብዣ ይቀርብላቸዋል፡፡ እነዚህ ደቀመዛሙርት ታልሚዲም በመባል ይታወቃሉ፤ ከአስተማሪያቸው ማንኛውንም ነገር ይማራሉ፡፡ አስተማሪያቸው የሚበላውን ይበላሉ፤ አስተማሪያቸው ሰንበት በሚያከብርበት መንገድ ሰንበትን ማክበር ይማራሉ፤ አስተማሪያቸው ባጠናበት መንገድ እነርሱም ቶራ ያጠናሉ፡፡ አንድ ደቀ መዝሙር አራት ሥራዎች አሉት፤ የአስተማሪውን ትምህርት በቃል መያዝ፣ የአስተማሪውን ባሕልና አተረጓጎም ማጥናት፣ የአስተማሪውን ምሳሌነት መከተል፣ በሚገባ ከሠለጠነ በኋላ እርሱ ራሱ መምህር ይሆንና የራሱን ደቀ መዛሙርት ያስተምራል፡፡

በሚገባ የተማረ ሰው ሁሉ እንደ መምህሩ ይሆናል፡፡ (ሉቃስ 6፥40)

በ………………በየቀኑ የየሹዋን ምሳሌነት እከተላለሁ፡፡

....

....

....

....

ደቀ መዝሙሩን ከለር ቀቡ!

ጌቴሴማኔ አትክልት ቦታ

የሹዋ በጌቴሴማኔ አትክልት ቦታ ይጸልይ ነበር። እርሱ ሲጸልይ ሦስቱ ደቀመዛሙርት (ጴጥሮስ፣ ያዕቆብና ዮሐንስ) ተኝተው ነበር። የሹዋንና ደቀ መዛሙርቱን በአትክልቱ ቦታ የሚያሳይ ስዕል ሳሉ።

Jewish Voice Ministries International

ደብረ ዘይት ተራራ

ማቴዎስ 26፥1-56፣ ሉቃስ 22፥1-53 እና ዮሐንስ 13፥1-18፥24 አንብቡ። ከታች ላሉ ጥያቄዎች መልስ ስጡ።

1. እርሱ ከመያዙ በፊት የሹዋ ከደቀመዛሙርቱ ጋር ምግብ የበላው የት ነበር? ....
2. በሃይማኖት መሪዎቹ ከመያዙ በፊት የሹዋ ለመጸለይ ወደ የትኛው የአትክልት ቦታ ነበር የሄደው? ....
3. የሹዋ እየጸለየ ሳለ ጴጥሮስ፣ ያዕቆብና ዮሐንስ ምን ነበር ያደረጉት? ....
4. የትኛው ደቀ መዝሙር ሦስት ጊዜ እንደሚክደው ነው የሹዋ አስቀድሞ የተናገረው? ....
5. በአትክልቱ ቦታ ይሁዳ የሹዋን አሳልፎ የሰጠው እንዴት ነበር? ....
6. ለየሹዋ ብርታት ለመስጠት በአትክልቱ ቦታ ማን ነበር የታየው? ....
7. የሹዋን አሳልፎ እንዲሰጥ የሃይማኖት መሪዎቹ ለይሁዳ ምን ሰጡት? ....
8. የሹዋ ወደ ኢየሩሳሌም የመጣው የትኛውን ቀን (በዓል) ለማክበር ነበር? ....
9. የሹዋ ከተያዘ በኋላ ደቀ መዛሙርቱ ምን ሆኑ? ....
10. የቤተ መቅደሱ ጠባቂዎች የሹዋን ከያዙ በኋላ ወዴት ነበር የወሰዱት? ....

የሃይማኖት መሪዎቹ

ይሁዳ ወደ ሊቀ ካህናቱና ወደ ቤተ መቅደስ ጠባቂዎቹ ኀላፊዎች ሄዶ የሹዋን እንዴት አሳልፎ እንደሚሰጣቸው ተነጋገረ (ሉቃስ 22፥4)። በመጀመሪያው ክፍለ ዘመን ይሁዳ በኢየሩሳሌም በነበረው ቤተ መቅደስ የሃይማኖት መሪዎቹ ከፍተኛ ሥልጣን ያላቸው ሰዎች ነበሩ። ለዕብራውያን ሃይማኖታዊ ሕይወት ሕግ ማውጣት ብቻ ሳይሆን፣ ገዢዎችና ዳኞችም ነበሩ። ሳንሔድሪን (የአይሁድ ሸንጎ) ሰባ ሰዎችና ሊቀ ካህናቱ ያሉበት ሸንጎ በጥንቱ እስራኤል እንደ ከፍተኛው ፍርድ ቤት ነበር የሚቆጠረው። የሹዋና ደቀ መዛሙርቱ ባገለገሉበት ዘመን ከበዓሎችና ከሰንበት ቀን ውጪ ሳንሔድሪን በየቀኑ በቤተ መቅደስ ይሰበሰቡ ነበር።

ብዙዎቹ የሃይማኖት መሪዎች (ካህናቱንና ሊቀ ካህናቱን የመሳሰሉት) የቅንጦት ሕይወት ነበር የሚኖሩት። ዕብራውያን ሰዎች ለቤተ መቅደስ በሚከፍሉት ግብር ነበር የተመቻቸ አኗኗር የሚኖሩት። ሄሮድስና የሮም ባለ ሥልጣኖች ከሚያስከፍሉት ግብር ጋር ለቤተ መቅደሱ የሚከፈለው ግብር ብዙዎቹ ሰዎች በከፍተኛ ድኽነት ውስጥ እንዲኖሩ አድርጓቸዋል። የሮም አገዛዝን አስወግዶ እውነተኛውን የእስራኤል ንጉሥ በትረ መንግሥት ለመያዝ አዳኙ የሚመጣበትን ቀን ዕብራውያን አጥብቀው መመኘታቸው የሚገርም አይደለም።

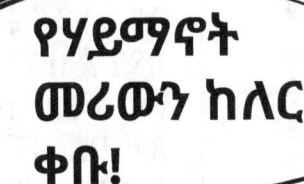

የሃይማኖት መሪውን ከለር ቀቡ!

የሃይማኖት መሪዎቹ ከፍተኛ ሥልጣን የነበራቸው ለምን ነበር?

....

ዕብራውያን አዳኙን በጉጉት የሚጠብቁት ለምን ይመስላችኋል?

....

ትምህርት 2

የትምህርቱ ዕቅድ

የጐልጐታ መንገድ

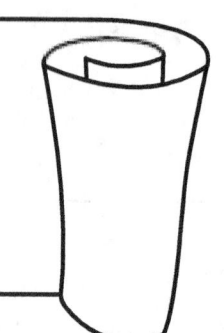

አስተማሪው :- ________________________________

የዛሬው የመጽሐፍ ቅዱስ ምንባብ፦ ማቴዎስ 26፤57-27፤2፤ ማርቆስ 15፤1-32

የእንኳን መጣችሁ ጸሎት፡-

ትምህርቱን ከመጀመርህ በፊት ከልጆቹ ጋር አጭር ጸሎት አድርግ፡፡

የትምህርቱ ግቦች፡-

በዚህ ትምህርት ልጆቹ፡-

1. የሃይማኖት መሪዎቹ የሹዋ ላይ ሞት እንደ ፈረዱ
2. ይሁዳ ሰላሣውን ጥሬ ብር መመለሱን ይማራሉ፡፡

ይህን ታውቃላችሁ?

ስቅለት በመላው የሮም መንግሥት የተለመደ መግደያ ነበር፡፡ ሕዝቡን ለማስፈራራት ሮማውያን የከተማው መንገዶች ሁሉ ላይ ትልልቅ መስቀሎች ይተክሉ ነበር፡፡

የመጽሐፍ ቅዱስ ትምህርት ዳሰሳ፡-

ቀያፋ (ሊቀ ካህናቱ) እና ሳንሔድሪን (የአይሁድ ሸንጐ) የሹዋን ማስወገድ ፈለጉ፡፡ የሐሰት ፍርድ ካደረጉ በኋላ ወደ ሮማዊው ገዢ ወደ ጲላጦስ ወሰዱት፡፡ የሹዋ እንዲሞት ማድረግ የሚችል ጲላጦስ ብቻ ነበር፡፡ የሃይማኖት መሪዎቹን በመስማት ኢየሱስ ተሰቅሎ እንዲሞት ጲላጦስ ፈረደ፡፡ የሹዋን ለመግደል መወሰናቸውን ይሁዳ ሲሰማ ሐሳቡን በመለወጥ፣ እርሱን አሳልፎ የሰጠበትን ገንዘብ መለሰ፡፡ ግን ጊዜው አልፎ ነበር፡፡ የመስቀሉን ግንድ በኢየሩሳሌም መንገዶች ጐልጐታ ወደሚባለው ቦታ ተሸክሞ እንዲሄድ የሮም ወታደሮች የሹዋን አስገደዱት፡፡ እዚያ የሮም ወታደሮች እንጨት ላይ (የመስቀል ቅርጽ የያዘ) ቸነከሩት፡፡ ከራሱ በላይ፣ ይህ የአይሁድ ንጉሥ ነው የሚል ጽሑፍ አኖሩ፡፡ ከጐኑ ሁለት ወንጀለኞች ተሰቅለው ነበር፡፡

ትምህርቱን እንከልስ፡-

ለተማሪዎቹ ጥያቄዎች፡-

1. ሳንሔድሪን ምን ነበሩ፡፡
2. የሹዋን እንዲገድል የሃይማኖት መሪዎቹ ጲላጦስን የጠየቁት ለምን ነበር?
3. ይሁዳ ገንዘቡን የመለሰው ለምን ነበር?
4. የሹዋ እንጨት ላይ የተሰቀለው የት ነበር?
5. ጐልጐታ የሹዋ ጐን የተሰቀሉት እነማን ነበሩ?

የእግዚአብሔርን ቃል እንዲያስታውሱ ልጆችን ለመርዳት በቃል የሚያዝ ጥቅስ፡-

ወታደሮቹ የሹዋን እዚያ መስቀል ላይ ሰቀሉት፡፡ (ማርቆስ 15፡24)

የሚደረጉ ነገሮች፡-

አጭር የመጽሐፍ ቅዱስ ጥያቄ፦ ጲላጦስ
ከለር መቀባት፦ ጉዞ ወደ ጐልጐታ
ጥናታዊ መሥሪያ ገጽ፦ ጴንጤናዊው ጲላጦስ ማን ነበር?
የሚደረግ፦ የሮም ወታደርን ለጥፉ
ጥናታዊ መሥሪያ ገጽ፦ የቤተ መቅደስ ጫኪ
መልስ መስጠት፤ ከለር መቀባት፦ ጉዞ ወደ ጐልጐታ
የምግብ ዝግጅት፦ የእሾኽ አክሊል መጋገር
አጭር የመጽሐፍ ቅዱስ ጥያቄ፦ ይሁዳ
መሥሪያ ገጽ፦ የኢየሩሳሌም ዘመን
መሥሪያ ገጽ፦ ጐልጐታ

የመዝጊያ ጸሎት

በአጭር ጸሎት ትምህርቱን አብቃ፡፡

ጲላጦስ

ማቴዎስ 27፥1-88 እና ዮሐንስ 18
አንብቡ ። ከታች ላሉት ጥያቄዎች መልስ ስጡ።

1. የጲላጦስ ሥራ ምን ነበር? ....
2. የጲላጦስ መሥሪያ ቤት የት ከተማ ነበር? ....
3. ከየሹዋ ጋር ሲገናኝ ጲላጦስ ምን ላይ ነበር የተቀመጠው? ....
4. ጲላጦስ የፈታው የትኛውን እስረኛ ነበር? ....
5. የጲላጦስ ሚስት ለጲላጦስ የላከችው መልእክት ምን ነበር? ....
6. ኢየሱስን ምን እንዲያደርገው ነበር ሕዝቡ ለጲላጦስ የነገሩት? ....
7. እጁን እየታጠበ ሳለ ጲላጦስ ለሕዝቡ ምን ነበር የተናገረው? ....
8. ወታደሮቹ ከየሹዋ ራስ በላይ ያስቀመጡት ምን ዐይነት አክሊል ነበር? ....
9. ወደ ጲላጦስ ሄዶ የኢየሱስን ሥጋ የለመነው ማን ነበር? ....
10. በጥንቃቄ መቃብሩን እንዲጠብቁ ጲላጦስ የሮም ወታደሮችን የላከው ለምን ነበር? ....

Jewish Voice Ministries International

<< ሊሰቅሉት ወሰዱት... >>

(ማርቆስ 15፥20)

Jewish Voice Ministries International

ጴንጤናዊው ጲላጦስ ማን ነበር?

ይህ ጽሑፍ ጴንጤናዊው ጲላጦስን ያስተዋውቃል። እያነበባችሁ ሳለ የሹዋ ላይ ሞት የፈረደው ምን ዐይነት ሰው እንደ ነበር አስቡ! ከታች ላሉት ጥያቄዎች መልስ ስጡ።

ጴንጤናዊው ጲላጦስ

የሹዋ በተገደለበት ዘመን ጴንጤናዊው ጲላጦስ ይሁዳና ሰማርያ ላይ የሮም ገዢ ነበር። ሥራው ግብር መሰብሰብ፣ መንገዶች መሥራትና ይህን የሮም ግዛት ማስተዳደር ነበር። ጲላጦስ ተወዳጅ ገዢ አልነበረም። ከቀዳማዊ አግሪጳ በተጻፈው ደብዳቤ ጲላጦስ ትዕቢት፣ ዐመፅ፣ ስግብግብነት፣ ያለ ፍርድ መግደልና ዘግናኝ ጭካኔ በመሳሰሉ ብልሹ ምግባሮች ተከስሶ ነበር። የሹዋ ላይ ሞት በፈረደ በሦስተኛው ዓመት በ36 ዓ.ም ከአይሁድ ሕዝብ ጋር በተያያዘ ባደረገው ተገቢ ያልሆነ ክፉ ተግባር ለምርመራ ጲላጦስ ወደ ሮም ተጠራ። አንዳንድ ታሪክ ጸሐፊዎች ጲላጦስ በኋላ ላይ ራሱን እንዳጠፋ ይናገራሉ። ሌሎች ደግሞ ንጉሥ ኔሮ አስገደለው ይላሉ። ሌሎች ደግሞ መጨረሻ ላይ የሹዋን እንደ ተቀበለና ጤባርዮስ ቄሳር እንዳስገደለው ይናገራሉ።

በ1961 አርኬዎሎጂስቶች የባሕር ላይ ቂሳሪያ (ማቂቲማ) አጠገብ በነበረው ጥንታዊ የሮም አንፊቲያትር በኖራ የተሠራ ሐውልት አግኝተው ነበር። ፊቱ ላይ፣ ከ፣ "ከጴንጤናዊው ጲላጦስ ፍጹማዊ የይሁዳ ገዥ" የሚል ለጤባርዮስ ቄሣር የተሰጠ ትልቅ ማስታወሻ አካል ነበር። በዚህ ዘመን ቂሣርያን የሚጐበኙ ኢየሩሳሌም ባለው የእስራኤል ሙዚየም ተመሳሳይ የኖራ ሐውልት ይመለከታሉ።

ጥያቄዎች፡-

1. **የሃይማኖት መሪዎቹ ከፍተኛ ሥልጣን የነበራቸው ለምን ነበር?**

   ....

4. **ዕብራውያን አዳኙን በጕጕት የሚጠብቁት ለምን ይመስላችኋል?**

   ....

Jewish Voice Ministries International

የሮም ወታደር መለጠፍ፦

የሹዋና ደቀመዛሙርቱ በነበሩበት ዘመን ይሁዳ በሮም ግዛት ሥር ነበረች። የሮም ወታደሮች ከባድ የጦር መሣሪያ ይይዙና ይታጠቁ ነበር። በኢንተርኔት ወይም ከኢንሳይኪሎፔዲያ የሮም ወታደሮች ምን ዐይነት ልብስ ይለብሱ እንደነበር መመልከት ይቻላል። ስዕሉን ከለር ቀቡ።

(ሀ) የራስ ቁር
(ለ) የሱፍ ጃኬት
(ሐ) የክንድ መከለያ
(መ) ሰንደል ጫማ
(ሰ) የአካል መከላከያ ጋሻ
(ረ) የትከሻ ሽፋን
(ሠ) ካባ

የቤተ መቅደስ ጫኺ

ጴጥሮስ በሊቀ ካህናቱ ቤተ መንግሥት ግቢ ውስጥ የሰማው ድምጽ የማን ነበር? የቤተ መቅደሱ ጫኺ ድምጽ ነበር ወይስ የዶሮ ጩኸት? በቤተ መቅደሱ ዘመን በኢየሩሳሌም ዶሮ አይፈቀድም ነበር (ወዲያ ወዲህ እየዘለሉ ቤተመቅደሱን እንዳያረክሱ በማሰብ ዶሮዎች ክልክል እንደ ነበሩ ታሪክ አዋቂው ጆሴፈስና ሌሎች ታሪክ ጸሐፊዎች አረጋግጠዋል)፣ ምናልባት ጴጥሮስ የሰማው የዶሮ ጩኸት የሰው ጩኸት እንደ ነበር ይታሰባል።

ሰውየው ቤተ መቅደስ ውስጥ ያለ ካህን ነበር። በየጠዋቱ የቤተ መቅደሱን ደጆች የመክፈትና ካህናትን፣ ሌዋውያንንና እስራኤላውያንን የጠዋት መሥዋዕት አገልግሎት መሥዋዕትእንዲያዘጋጁ የመጥራት ኀላፊነት ነበረበት። "ካህናት ሁሉ ለመሥዋዕቱ ይዘጋጁ። ሌዋውያን ሁሉ ስፍራቸውን ይያዙ። እስራኤላውያን ሁሉ ለአምልኮ ይምጡ" በማለት ሦስት ጊዜ በታላቅ ድምፅ ይጮኽ ነበር። ይህ ካህን የቤተ መቅደስ ጫኺ በመባል ሲታወቅ፣ በግሪክ፣ "አሌክቶር" ነበር የሚባለው ይህም፣ 'ዶሮ' ወይም 'ሰው' ማለት ነው። 'አሌክቶር' የቤተ መቅደሱ ጫኺ ካህን ሳይሆን "ዶሮ" ወይም "አውራ ዶሮ" እንደሆነ ታስቦ ይሆን?

የቤተ መቅደሱን ጫኺ ከለር መቀባት፡-

በቤተ መቅደሱ ዘመን ዶሮዎች በኢየሩሳሌም የተከለከሉት ለምን ነበር?

....

ምን ታስባላችሁ? ጴጥሮስ የሰማው የቤተ መቅደሱን ጫኺ ድምፅ ነበር ወይስ የአውራ ዶሮ ጩኸት?

....

ጉዞ ወደ ጐልጎታ

ከመጽሐፍ ቅዱስ ዮሐንስ 19 አንብቡ። ለጥያቄዎቹ መልስ ስጡ። ስዕሉን ከለር ቀቡ።

1. የሹዋ መስቀል ላይ እንዲሞት የፈረደው ማን ነበር?(ቁጥር 15-16)

....

....

....

....

2. የሹዋና ስምዖን ወደ ጐልጎታ የተሸከሙት ምን ነበር? (ቁጥር 17)

....

....

....

....

3. ከሹዋ ራስ በላይ ጲላጦስ የጻፈው ምልክት ምን ነበር? (ቁጥር 19)

....

....

....

....

የእሾኽ አክሊል መጋገር

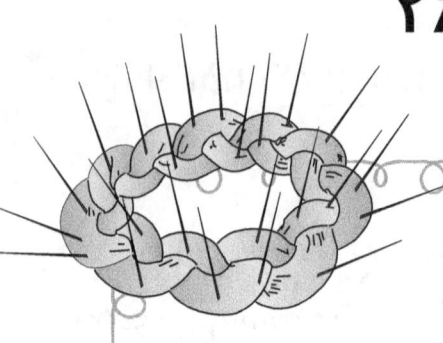

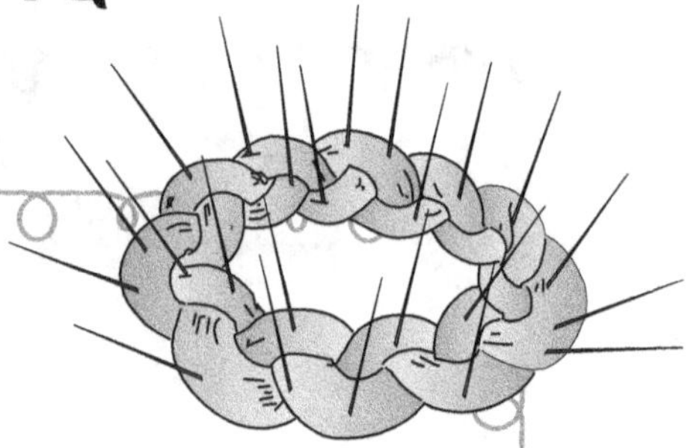

የሚያስፈልጉ ነገሮች

የሚያስፈልጉ ነገሮች

4 ሲኒ ዱቄት

1 ሲኒ ጨው

ዱቄቱን ለማብኳት ሙቅ ውሃ

የእንጨት ጥርስ መጎርጎሪያዎች

ዘዴው

ምድጃችሁን 350°F አሙቁ።

ዱቄቱንና ጨው በትልቅ ሳህን አብኩ።

ዱቄቱ ማጣበቅ እንዲችል በቂ ውሃ አድርጉ።

ሦስት ዱቡልቡል ሊጦች ጡብ ላይ ቅርጽ አስይዙ። ሊጡን ቅርጽ በማስያዝ ክብ ሥሩ።

350°F በሆነ ምድጃ ለ30 ደቂቃ ወይም እስኪደርቅና ጠንካራ እስኪሆን

ጋግሩት። ከምድጃው አውጡት። ሲቀዘቅዝ የእንጨት ጥርስ መጎርጎ

ሪያዎቹን (እሾኾች) አክሊሉ ላይ ሰኩ።

Jewish Voice Ministries International

ይሁዳ

ማቴዎስ 26-27፤ ማርቆስ 14፤ ሉቃስ 6፡ 22 እና ዮሐንስ 12-13፡ 18፡ 21 አንብቡ። ከታች ላሉት ጥያቄዎች መልስ ስጡ።

1. ይሁዳ ከየሹዋ ……………….. አንዱ ነበር። ....
2. ለመጨረሻ ጊዜ አብረው በመብላት ላይ ሳሉ አሳልፎ እንደሚሰጠው ምልክት እንዲሆን የሹዋ ለይሁዳ የሰጠው ምን ነበር? ....
3. የሹዋን አሳልፎ እንዲሰጥ ለይሁዳ የከፈለው ማን ነው? ....
4. የሹዋን አሳልፎ እንዲሰጥ ለይሁዳ ምን ያህል ነበር የተከፈለው? ....
5. ይሁዳ የሹዋን አሳልፎ የሰጠው በየትኛው አትክልት ቦታ ነበር? ....
6. ይሁዳ የሹዋን አሳልፎ የሰጠው እንዴት ነበር? ....
7. በአትክልቱ ቦታ ይሁዳ የሹዋን ምን በማለት ነበር የተናገረው? ....
8. ይሁዳ በመለሰው ገንዘብ የተገዛው መሬት ስም ማን ነበር? ....
9. የሹዋ ወደ ሰማይ ከሄደ በኋላ ይሁዳን ለመተካት የቀረቡ ሁለት ሰዎች እነማን ናቸው? ....
10. ይሁዳን ለመተካት የተመረጠው ማን ነበር? ....

የኢየሩሳሌም ከተማ

የኢየሩሳሌም ዘመን

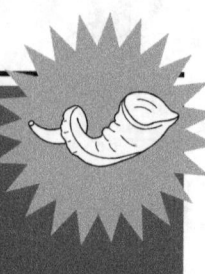

የእስራኤል ምድር

የፋሲካ እትም

ቀያፋ መሲሑ ላይ ሞት ፈረደ

በርባን በነጻ ተለቀቀ!

በከተማው የበጎች እጥረት

ጎልጎታ

በጎልጎታ የተፈጸመውን የስቅለቱን ሁኔታ ሳሉ።

ይሁዳ እንደሆናቸሁ አስቡ። ገንዘቡን ስትመልሱላቸው ለሃይማኖት መሪዎቹ ምን ትሏቸው ነበር?

ይህን ዐረፍተ ነገር አሟሉ፦ እኛ .... የሹዋ ሞተ

የሮም ወታደር በጎልጎታ ሳሉ።

Jewish Voice Ministries International

ትምህርት 3 | የትምህርቱ ዕቅድ

ስቅለቱ

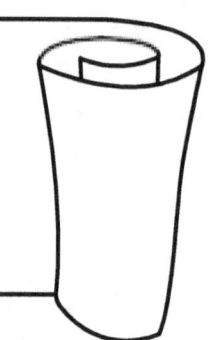

አስተማሪው :- ______________________________

የዛሬው የመጽሐፍ ቅዱስ ምንባብ፦ ማርቆስ 15፥16-41

የእንኳን መጣችሁ ጸሎት፡-

ትምህርቱን ከመጀመርህ በፊት ከልጆቹ ጋር አጭር ጸሎት አድርግ።

የትምህርቱ ግቦች፡-

በዚህ ትምህርት ልጆቹ፡-

1. የሹዋ በተሰቀለ ቀን በኢየሩሳሌም የሆነውን
2. የሹዋ መስቀል ላይ ሳለ በቤተ መቅደስ የሆነውን ይማራሉ።

ይህን ታውቃላችሁ?

የሹዋ መስቀል ላይ የሞተው የፋሲካ በጎች በኢየሩሳሌም ቤተ መቅደስ በተገደሉበት ጊዜ ነበር።

የመጽሐፍ ቅዱስ ትምህርት ዳሰሳ፡-

የሹዋ በሁለት ወንጀለኞች መካከል በጐልጐታ መስቀል ላይ ተሰቅሎ ሳለ፣ አብዛኞቹ የሃይማኖት መሪዎችን ጨምሮ ሰዎች እየቆሙ ያፌዙበት ነበር። ዕኩለ ቀን ሲሆን ኢየሩሳሌም ላይ ያልተለመደ ጨለማ ወደቀ፤ ለሦስት ሰዓት ያህል ፀሐይ ማብራቷን አቆመች። በዚሁ ጊዜ በሺዎች የሚቈጠሩ በጐች ለፋሲካ ምግብ በኢየሩሳሌም ቤተ መቅደስ ተገድለው ነበር። በዚያው ቀን ከሰዓት በኋላ የሹዋ መንፈሱን ሰጠ፣ ሞተ። በኢየሩሳሌም ዙሪያ ያልተለመዱ ነገሮች መሆን ጀመሩ። የምድር መናወጥ ከተማዋን ናጣት፤ የቤተ መቅደሱ መጋረጃ ከላይ ወደ ታች ተቀደደ። በጐልጐታ አንድ የሮም ወታደር የየሹዋን ጐን በጦር ወጋው። ከአካሉ ውሃና ደም ወደ መሬት ፈሰሰ።

ትምህርቱን እንከልስ፡-

ለተማሪዎቹ ጥያቄዎች፡-

1. እርሱ መስቀል ላይ ተሰቅሎ ሳለ ሰዎች የሹዋን ምን ነበር ያሉት?
2. የሹዋ መስቀል ላይ ተሰቅሎ ሳለ በቤተ መቅደሱ ምን ነበር የሆነው?
3. ከመሞቱ በፊት የየሹዋ የመጨረሻ ቃሎች ምን ነበሩ?
4. የሹዋ ከሞተ በኋላ የተፈጸሙ ሦስት ነገሮች ተናገሩ?
5. የሮም ወታደር የየሹዋን ጐን በጦር የወጋው እንዴት ነበር?

የእግዚአብሔርን ቃል እንዲያስታውሱ ልጆችን ለመርዳት በቃል የሚያዝ ጥቅስ፡-

ስለ ወዳጆቹ ሕይወቱን አሳልፎ ከመስጠት የሚበልጥ ፍቅር ማንም የለውም። (ዮሐንስ 15፥13)

የሚደረጉ ነገሮች፡-

አጭር የመጽሐፍ ቅዱስ ጥያቄ፦ እንጨት ላይ መሞት
ከለር መቀባት፦ ስቅለት
ከለር መቀባት፦ ፋሲካ
የሚሠራ ነገር፦ የወረቀት ሳህን ጐልጐታ መሥራት
አጭር የመጽሐፍ ቅዱስ ጥያቄ፦ የፋሲካ ምግብ
መሥሪያ ገጽ፦ የፋሲካ ምግብ
የመጽሐፍ ቅዱስ ቃላት መበታተን፦ የመሲሑን አካል የወጋው ማነው?
መሥሪያ ገጽ፦ ስቅለቱ፡
መሥሪያ ገጽ፦ ጥቅሶች ማዛመድ
ጥናታዊ መሥሪያ ገጽ፦ እውነት ወይስ ሐሰት?
ዕብራይስጥ እንማር፦ ፋሲካ

የመዝጊያ ጸሎት

በአጭር ጸሎት ትምህርቱን አብቃ።

እንጨት ላይ መሞት

ማቴዎስ 27፥32-56 አንብቡ። ከታች ላሉት ጥያቄዎች መልስ ስጡ።

1. የሹዋ ላይ ሞት የፈረደው ማን ነው? ....
2. በኢየሩሳሌም መንገዶች የየሹዋን መስቀል እንዲሸከም የተገደደ ማን ነበር? ....
3. ከኢየሩሳሌም ውጪ የትኛው ቦታ ላይ ነበር የሹዋ እንጨት ላይ የተቸነከረው? ....
4. የሹዋ ራስጌ ላይ ምን የሚል ምልክት ነበር የተጻፈው? ....
5. እንጨት ላይ ተሰቅሎ ሳለ የሹዋ የጮኸው ምን ነበር? ....
6. ከየሹዋ አጠገብ የተሰቀሉት እነማን ናቸው? ....
7. የሹዋ ከሞተ በኋላ ጨለማ ምድርን የሸፈነው ለምን ያህል ሰዓት ነበር? ....
8. የየሹዋን አካል እንዲሰጠው ጲላጦስን የጠየቀ ማን ነበር? ....
9. የሮም ወታደር የየሹዋን ጐን የወጋው በምን ነበር? ....
10. ከመቀበሩ በፊት የሹዋ በምን ነበር የተጠቀለለው? ....

ስቅለት

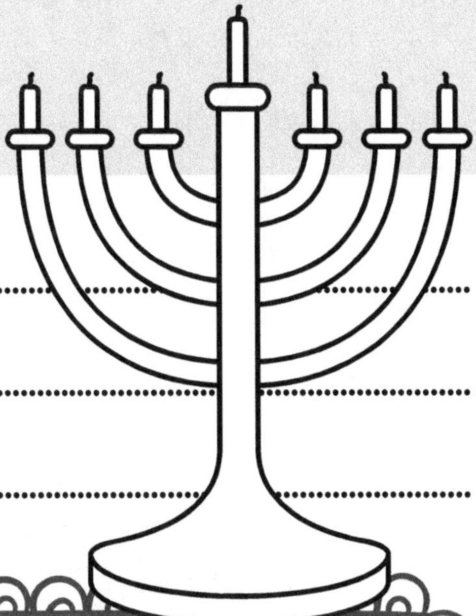

ማቴዎስ 27፥50-52 አንብቡና ከታች ያሉትን ጥቅሶች ጻፉ።

1. የሹዋ መንፈሱን ሲሰጥ ለሁለት የተቀደደው ምን ነበር?

2. የሹዋ ከሞተ በኋላ ከተማውን የናጠው ምን ነበር?

3. “በእውነት የእግዚአብሔር ልጅ ነበር” ያለው ማን ነበር?

ከዚህ ታሪክ የወደዳችሁትን ቦታ ሳሉ።

የየሹዋ ሕይወት የሚያስተምረኝ ምንድነው?	እግዚአብሔር የሹዋን… ተጠቀመበት።

ፋሲካው

የፋሲካ ምግብ

ዘፀአት 12፥1-32 እና ማቴዎስ 27 አንብቡ።
ከታች ላሉት ጥያቄዎች መልስ ስጡ።

1. እግዚአብሔር ግብፅ ላይ ምን ያህል መቅሠፍት ነበር ያወረደው? ....
2. ዕብራውያን ከመጨረሻው መቅሠፍት እንዴት ነበር የተጠበቁት? ....
3. የፋሲካውን በግ በየትኛው ቀን እንዲመርጡ ነበር እግዚአብሔር ለዕብራውያን የተናገረው? ....
4. የፋሲካውን በግ በየትኛው ቀን እንዲገድሉ ነበር እግዚአብሔር ለዕብራውያን የተናገረው? ....
5. እስራኤላውያን ለፋሲካ የተመገቡት ምን ነበር? ....
6. ከግብፅ ሲወጡ እስራኤላውያን ይዘው የሄዱት ቂጣ ምን ዐይነት ነበር? ....
7. ፋሲካ የሚውለው በየትኛው ቀን ነበር? ....
8. እስራኤላውያን ምግቡን ለምን ያህል ቀን እንዲበሉ ነበር የተነገራቸው? ....
9. የሹዋ የተገደለው ከኢየሩሳሌም ውጪ የት ቦታ ነበር? ....
10. የሹዋ ከየትኛው የእስራኤል ነገድ ነበር? ....

የፋሲካ ምግብ

ለፋሲካ የምትበሉት ምንድን ነው? የምትበሉትን ከታች ባለው ሳህን ላይ ሳሉ።

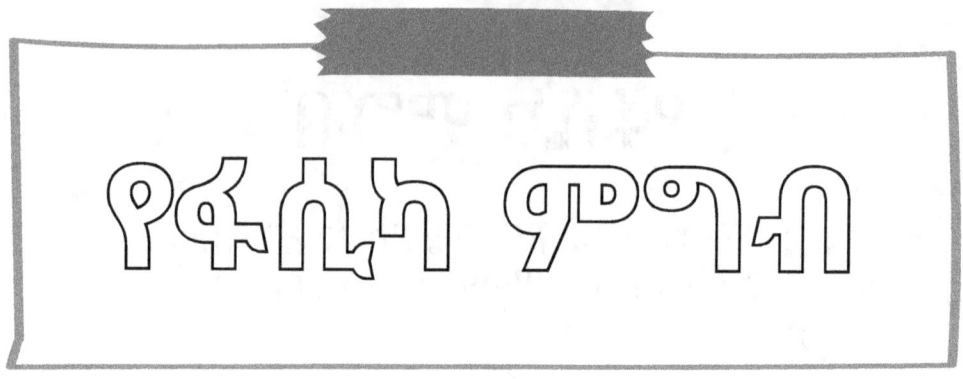

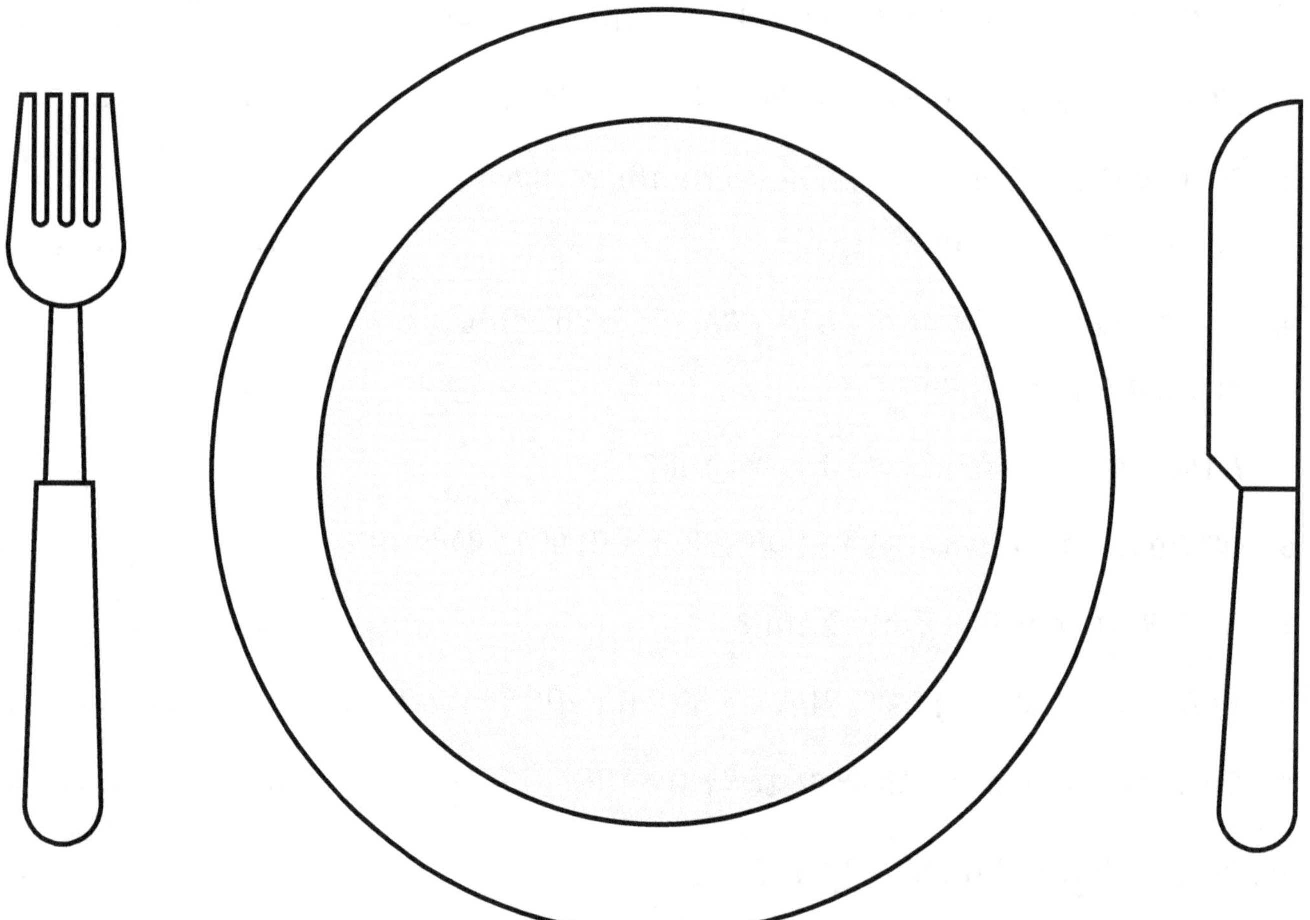

Jewish Voice Ministries International

የመሲሑን አካል የወጋው ማን ነው?

መልሱን ለማግኘት ቃላቱን ገጣጥሙ። ፍንጭ፡ ዮሐንስ 19፡34 አንብቡ።

አንዱ ነገር ግን

____

ከወታደሮቹ ወጋው

____

በጦር ጐን የኢየሱስን

____

ደምና ፈሰሰ ውሃ

____

ወዲያው

____

ስቅለቱ

ዘፀአት 12፤ ማቴዎስ 26 እና ዮሐንስ 18 አንብቡ። ከታች ያለው ስዕል ከስቅለቱ ታሪክ ጋር እንዴት እንደሚያያዝ ተወያዩ። እያንዳንዱን ቃል ከትክክለኛው ስዕል ጋር አዛምዱ።

ቤተ መቅደስ

በግ

ጲላጦስ

ፋሲካ

ካህን

ጥቅሶቹን አዛምዱ

ሉቃስ 23፤ ማቴዎስ 26 እና ዮሐንስ 19 አንብቡ። የሹዋ ስለ ተሰቀለበት ቀን ለመረዳት ጥቅሱን ከትክክለኛው ስዕል ጋር አዛምዱ።

አባት ሆይ፣ የሚያደርጉትን አያውቁምና ይቅር በላቸው።	ዮሐንስ 19፡6
በሕያው እግዚአብሔር ስም አምልሃለሁ፤ አንተ ክርስቶስ የእግዚአብሔር ልጅ እንደሆንህ ንገረን።	ማቴዎስ 26፡72
እናንተ ወስዳችሁ ስቀሉት፤ በእኔ በኩል ለክስ የሚያደርስ ወንጀል አላገኘሁበትም።	ማቴዎስ 26፡63
ሰውየውን አላውቀውም።	ሉቃስ 23፡34

Jewish Voice Ministries International

ቤተ መቅደሱ

በመጽሐፍ ቅዱስ ዘመን በኢየሩሳሌም የነበረው ቤተ መቅደስ የዕብራውያን ሕይወት ማዕከል ነበር። የተጀመረው ንጉሥ ሰሎሞን የመጀመሪያውን ቤተ መቅደስ የሠራ ጊዜ ሲሆን፣ የተፈጸመው በ 70 ዓ.ም ሮማውያን ያፈረሱት ጊዜ ነበር። ለቃል ኪዳኑ ታቦት መኖሪያ እንዲሆን ንጉሥ ሰሎሞን በዐሥረኛው ክፍለ ዘመን የመጀመሪያውን ቤተ መቅደስ ሠራ፤ ይህ ቤተ መቅደስ በኋላ ላይ በባቢሎናውያን ተደምስሶአል። ውድ ዕቃዎቹን ሁሉ ሰረቁ፤ የተቀረውንም ቀበሩ። ሁለተኛው ቤተ መቅደስ የተሠራው በነህምያ ዘመን ሲሆን፣ በንጉሥ ሄሮዶስ ዘመን ታላቅ ለውጥ ተደርጎበታል።

ንጉሥ ሄሮዶስ ቤተ መቅደሱን ያስፋፋበት አንድ ምክንያት ፋሲካንና የቂጣ በዓልን፣ በዓለ ሃምሳን (ሻቩ ኦት) እና የዳስ በዓል (ሱኮት) ለማክበር ወደ ኢየሩሳሌም ለሚመጡ ብዛት ያላቸውን ሰዎች ለማስተናገድ በቂ ቦታ እንዲኖር ነበር። ቤተ መቅደስ ውስጥ በሚቀርበው የፋሲካ መሥዋዕት፣ መሥዋዕት ማቅረብ የሚፈልጉ በቡድን ይሰባሰቡ ነበር። ከሌሎች መሥዋዕት በተለየ መልኩ የፋሲካ መሥዋዕት የሚቀርበው በራሳቸው በእስራኤላውያን ነበር። እንደ ሌሎቹ የሰላም መሥዋዕቶች ሁሉ በውስጠኛው አደባባይ ነበር የሚቀርበው፤ ደሙ መሠዊያው ላይ ይረጫል። አንደኛው ቡድን ሥርዐቱን ካበቃ በኋላ፣ እንደገና በሩ ይከፈትና ሁለተኛው ቡድን ይገባል። በጎቹ ይጠበሱና በዚያው ሌሊት ይበላሉ።

ቤተ መቅደሱን ከለር ቀቡ!

ሄሮድስ የኢየሩሳሌምን ቤተ መቅደስ ያስፋፋው ለምን ነበር?

....

እስራኤላውያን የፋሲካውን በግ የሚሠውት እንዴት ነበር?

....

Jewish Voice Ministries International

እውነት ወይስ ሐሰት?

ከታች ያሉት ዐረፍተ ነገሮች እውነት ናቸው ወይስ ሐሰት? ዮሐንስ 19፤ ማቴዎስ 27 እና ሉቃስ 23 አንብቡ። ከታች ያለውን ትክክለኛ ሳጥን ክበቡት።

ወታደሮቹ የየሹዋን ልብሶች ስድስት ቦታ ከፋፈሉት።	እውነት	ሐሰት
ወታደሮቹ የየሹዋን እግር ሰበሩ።	እውነት	ሐሰት
ከየሹዋ አካል ውሃና ደም ወጣ።	እውነት	ሐሰት
የሹዋ ከሞተ በኋላ ከሞቱ ቅዱሳን ብዙዎች ከሞት ተነሡ።	እውነት	ሐሰት
የሹዋ ራስጌ ላይ ይህ የአይሁድ ንጉሥ ነው የሚል ማሳሰቢያ ተጽፎ ነበር።	እውነት	ሐሰት
የሹዋ ወንድ አያቱ መስቀሉ አጠገብ ቈሞ አየ።	እውነት	ሐሰት

እነዚህ ዐረፍተ ነገሮች
እውነት ናቸው ወይስ
ሐሰት?

ፔሳኽ

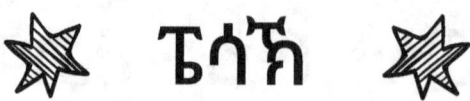

ፋሲካ ለሚለው የዕብራይስጡ ቃል ፔሳኽ ነው። በመጽሐፍ ቅዱስ ዘመን ለፋሲካ ምግብ በየዓመቱ በሺዎች የሚቈጠሩ በጎች ይገደሉ ነበር። እያንዳንዱ በግ ምንም እንከን ወይም ጉድለት የሌለበት መሆን ነበረበት። የእኛን ሕይወት ለማዳንና ወደ እስራኤል ቤት መልሶ ሊያመጣን የሹዋ ሕይወቱን መሥዋዕት ለማድረግ መጣ። የሹዋ የእኛ የፋሲካ በግ ነው (1 ቆሮንቶስ 5፥7)

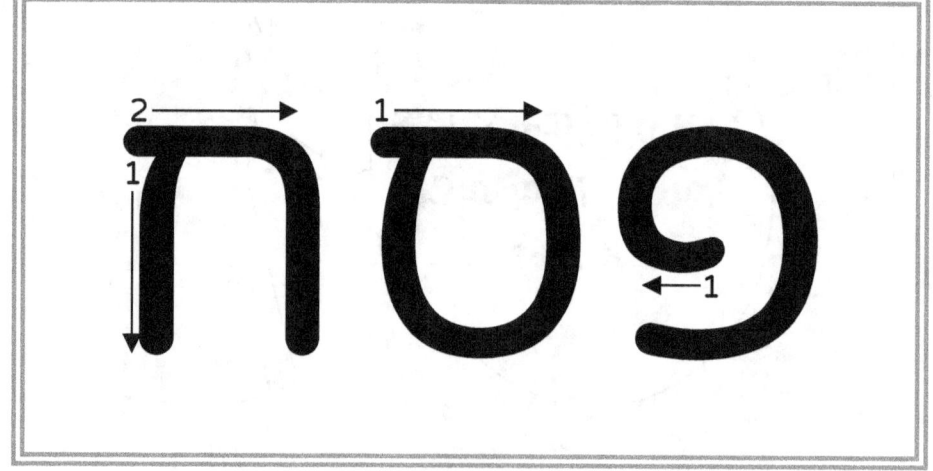

ፔሳኽ

פֶּסַח

ፋሲካ

פסח

Jewish Voice Ministries International

እንጻፍ!

ከታች ባሉት መስመሮች የዕብራይስጥ ቃል መጻፍ ተለማመዱ።

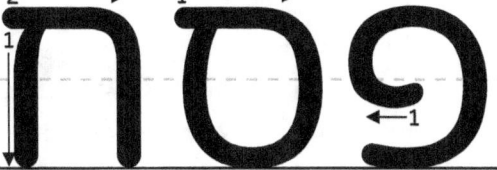

פסח

פסח

ይህን በራሳችሁ ሞክሩ፤ ዕብራይስጥ
የሚጻፈው ከቀኝ ወደ ግራ መሆኑን አስታውሱ።

ትምህርት 4

የትምህርቱ ዕቅድ

እርሱ ተነሥቶአል!

አስተማሪው :- ______________________________

የዛሬው የመጽሐፍ ቅዱስ ምንባብ፦ ማቴዎስ 27፡57-28፡15

የእንኳን መጣችሁ ጸሎት፡-

ትምህርቱን ከመጀመርህ በፊት ከልጆቹ ጋር አጭር ጸሎት አድርግ።

የትምህርቱ ግቦች፡-

በዚህ ትምህርት ልጆቹ፡-

1. መስቀል ላይ ከሞተ በኋላ የሹዋ ምን እንደሆነ
2. የሹዋ ከመቃብር የተነሣው መቼ እንደ ነበር ይማራሉ።

ይህን ታውቃላችሁ?

በእስራኤል አገር ሀብታሞች ከዐለት በተፈለፈለ በራሳቸው መቃብር ነበር የሚቀበሩት።

የመጽሐፍ ቅዱስ ትምህርት ዳሰሳ፡-

በዚያ ምሽት ዮሴፍ የሚሉት በድብቅ የየሹዋ ደቀመዝሙር የነበረ ሰው ወደ ጲላጦስ መጥቶ የኢየሱስን አካል እንዲሰጠው ለመነው። ጲላጦስ እንዲሰጠው አዘዘ። ዮሴፍ አካሉን ወሰደ፤ በንጹሕ ናይለን ጠቀለለው፤ ለራሱ አሠርቶት በነበረው የድንጋይ መቃብር ውስጥ አኖረው። ደቀ መዛሙርቱ የኢየሱስን አካል ከመቃብር እንዳይወስዱ ካህናቱ በጣም ስጋት ገባቸው። ጲላጦስ መቃብሩ በጥንቃቄ እንዲጠበቅ ተስማማ። ግን ሁልጊዜ የእግዚአብሔር ዕቅድ አሸናፊ ነው። በመጀመሪያ ነጶ በዓል ቀን የሹዋ ከሞት ተነሣ። በጣም የደነገጡት ጠባቂዎቹ ወደ ከተማ ሮጠው በመሄድ የየሹዋ አካል መጥፋቱን ለካህናቱ ተናገሩ! ሰዎቹ ይህን ለማንም እንዳይናገሩና ሕዝቡ እንዳይሰማ ለጠባቂዎቹ ጉቦ ሰጧቸው። እኛ ተኝተን ሳለ ደቀ መዛሙርቱ ሰርቀው ወሰዱት በማለት ለሕዝቡ ተናገሩ አሏቸው። ጠባቂዎቹም የተነገራቸውን አደረጉ።

ትምህርቱን እንከልስ፡-

ለተማሪዎቹ ጥያቄዎች፡-

1. የየሹዋ አካል እንዲሰጠው ጲላጦስን የለመነ ማን ነበር?
2. የሃይማኖት መሪዎቹ መቃበሩ በጥንቃቄ እንዲጠበቅ የፈለጉት ለምንድን ነው?
3. መቃብሩን የከፈተው ማን ነበር?
4. መልአኩ ለማርያም መግደላዊትና ለሌላዋ ማርያም ከመቃብሩ ውጪ የነገራቸው ምንድን ነው?
5. የሹዋ ከመቃብሩ መጥፋቱን ሲሰሙ የሃይማኖት መሪዎቹ ምን ነበር ያደረጉት?

የእግዚአብሔርን ቃል እንዲያስታውሱ ልጆችን ለመርዳት በቃል የሚያዝ ጥቅስ፡-

እርሱ ተነሥቶአል፤ እዚህ የለም፤ እርሱን ያኖሩበት ስፍራ ይኸውላችሁ። (ማርቆስ 16፥6)

የሚደረጉ ነገሮች፡-

ከለር መቀባት፦ እርሱ ተነሥቶአል!
አጭር የመጽሐፍ ቅዱስ ጥያቄ፦ ትንሣኤው
ከለር መቀባት፦ ዘሌዋውያን 23፥10
መልስ መስጠት፤ ከለር መቀባት፦ የሃይማኖት መሪዎቹ
መሥሪያ ገጽ፦ ጉቦ ምንድን ነው?
መሥሪያ ገጽ፦ ቃሉ ምን ይላል?
መሥሪያ ገጽ፦ የኢየሩሳሌም ዘመን
መሥሪያ ገጽ፦ ትንሣኤ!
አጭር የመጽሐፍ ቅዱስ ጥያቄ፦ ማርያም መግደላዊት
ከለር መቀባት፦ ማርያም መግደላዊት
ማብራሪያ፦ የመጀመሪያ ነዶ
የሚደረግ፦ የወረቀት ሳህን መቃብር መሥራት

የመዝጊያ ጸሎት

በአጭር ጸሎት ትምህርቱን አብቃ።

እርሱ ተነሥቶአል!

የሹዋ ከሞት የተነሣው በመጀመሪያ ነዶ በዓል ነበር። ከመቃብሩ ሌላ፣ መልአኩንና የሮም ወታደሮች ሳሉ። ስዕሉን ከለር ቀቡ።

ትንሣኤው

ማቴዎስ 28፤ ማርቆስ 16፤ ሉቃስ 24፤ ዮሐንስ 20 እና የሐዋርያት ሥራ 1 አንብቡ። ከታች ላሉት ጥያቄዎች መልስ ስጡ።

1. የየሹዋን መቃብር ድንጋይ ያንከባለለው ማን ነው? ....
2. የሹዋ ከሞት የተነሣው በየትኛው በዓል ቀን ነበር? ....
3. የሮም ወታደሮቹ ዝም እንዲሉ ካህናቱ የሰጧቸው ምንድነው? ....
4. ከመቃብር ውጪ የሹዋን ያገኘችው ሴት ማን ነበረች? ....
5. ማርያም መግደላዊት፣ የያዕቆብ እናት ማርያም እና ሰሎሜ ሽቱ ይዘው ወደ መቃብሩ ሲሄዱ ምን ነበር ያገኙት? ....
6. ሁለቱ እንግዳ ሰዎች ከመቃብሩ ውጪ ለሴቶቹ ምን ነበር የነገሯቸው? ....
7. የሹዋ ሕያው መሆኑን የተጠራጠረ ደቀ መዝሙር ማን ነው? ....
8. የሹዋን እየጠበቁ ሳለ፣ ደቀመዛሙርቱ ዓሣ ለማጥመድ የሄዱት ወደ የትኛው ባሕር ነበር? ....
9. ከትንሣኤው በኋላ ወደ ሰማይ ከመሄዱ በፊት የሹዋ በምድር የቈየው ምን ያህል ጊዜ ነበር? ....
10. የሹዋ ለደቀመዛሙርቱ የሰጠው የመጨረሻ መመሪያ ምን ነበር? ....

<< ... ከሰበሰባችሁት እህል የመጀመሪያውን ነዶ ለካህኑ አቅርቡ። >>

(ዘሌዋውያን 23፥10)

እርሱ ተነሥቶአል! መሥሪያ መጽሐፍ

የሃይማኖት መሪዎቹ

ከመጽሐፍ ቅዱሳችሁ ማቴዎስ 28 አንብቡ። ለጥያቄዎቹ መልስ ስጡ። ስዕሉን ከለር ቀቡ።

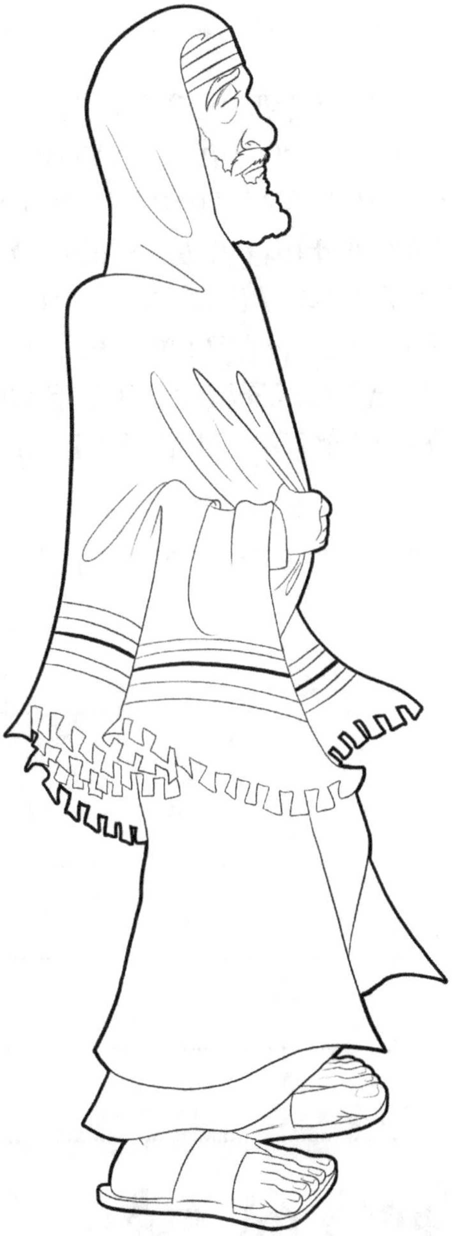

1. የሹዋ መቃብር ውስጥ እንዴሌለ ለሃይማኖት መሪዎቹ የተናገረው ማን ነው? (ቁጥር 11)

....

....

....

....

2. ጠባቂዎቹ ዝም እንዲሉ የሃይማኖት መሪዎቹ ምን ሰጧቸው? (ቁጥር 12)

....

....

....

....

3. የየሸዑዋን ከመቃብር መጥፋት በተመለከተ የሃይማኖት መሪዎቹ ምን እንዲሉ ነበር ለወታደሮቹ የነገሯቸው? (ቁጥር 13)

....

....

....

....

ጉቦ ምንድነው?

ጉቦ አትቀበል፤ ጉቦ አጥርተው የሚያዩትን ሰዎች ዐይን ያሳውራል፤ የጻድቃንንም ቃል ያጣምማልና። (ዘፀአት 23፥8)

የየሹዋን መነሣት ለማንም እንዳይናገሩ የሃይማኖት መሪዎቹ ለሮም ወታደሮች ገንዘብ ሰጧቸው። የሰጧቸው ገንዘብ ጉቦ ነበር። ጉቦ መስጠት ምን ማለት ነው? ጉቦ መስጠት አንድ ውለታ እንዲውልላቸው ለሰው አንድ ነገር (ለምሳሌ ገንዘብ) መስጠት ማለት ነው። ጉቦ መስጠት ወንጀል ሊሆን ይችላል። ለምሳሌ አንድ ሰው ክልክል የሆነውን ወይም ታክስ መክፈል ያለበትን ነገር ወደ አንድ አገር ማስገባት ሲፈልግ ያንን እንዲያስገባለት ለግብር ሠራተኛው ጉቦ ይሰጠዋል። በአንዳንድ አገሮች አንዳንድ ብልሹ ሰዎች በመደበኛነት ከሚከፈላቸው ሌላ ጉቦ ካልተሰጣቸው፣ ሥራቸውን እንኳ በአግባቡ አይሠሩም። ጉቦ ሲቀበሉ የተገኙ ሰዎች አንዳንዴ ከሥራ ሊባረሩ ይችላሉ። ጉቦ እንዳንሰጥ ወይም እንዳንቀበል መጽሐፍ ቅዱስ በግልጽ ነው የሚነግረን (ዘፀአት 23፥8፤ ምሳሌ 17፥23 እና ዘዳግም 16፥19)።

……… ስለሆነ ጉቦ መስጠት ትክክል አይደለም

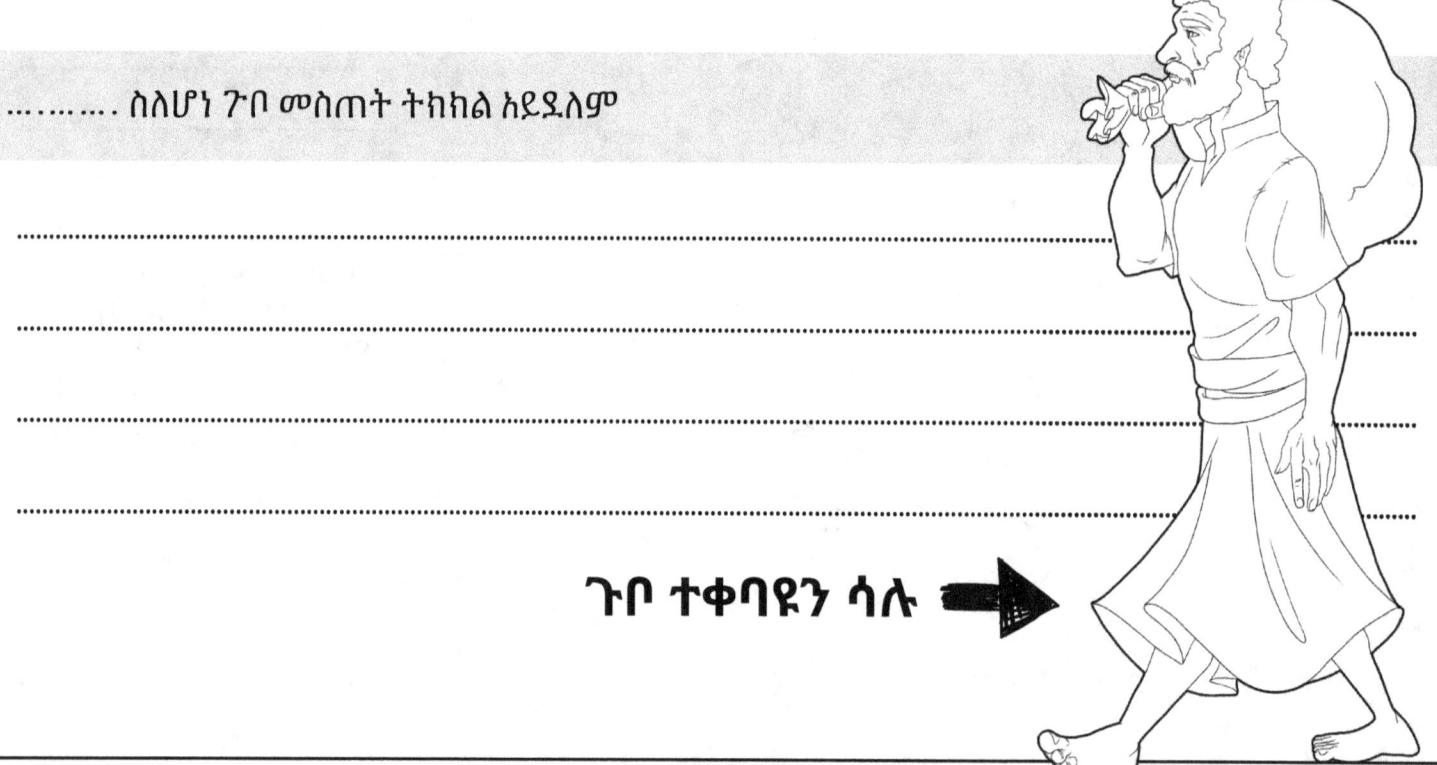

....

....

....

....

ጉቦ ተቀባዩን ሳሉ

Jewish Voice Ministries International

ቃሉ ምን ይላል?

ማቴዎስ 28፥1-7 አንብቡ። ከታች ባሉት ቃሎች ባዶ ቦታውን ሙሉ።

<< .... ካለፈ በኋላ፣ በሳምንቱ መጀመሪያ ቀን ጐህ ሲቀድ፣ ማርያም .... ሌላዋ ማርያም .... ሊያዩ ሄዱ። በድንገት ታላቅ የምድር መናወጥ ሆነ፤ የጌታም መልአክ .... ወረደ ወደ መቃብሩ በመሄድ ድንጋዩን አንከባሎ በላዩ ላይ ተቀመጠበት። መልኩ እንደ .... ብሩህ፣ ልብሱም እንደ በረዶ ነጭ ነበር። ጠባቂዎቹ መልአኩን ከመፍራት የተነሣ ....፤ እንደ በድንም ሆኑ። .... ሴቶቹን እንዲህ አላቸው፤ አትፍሩ፤ የተሰቀለውን .... እንደምትፈልጉ አውቃለሁና፤ እርሱ በዚህ የለም፤ እንደተናገረው ተነሥቶአል፤ ኑና ተኝቶበት የነበረውን ቦታ እዩ። አሁንም ፈጥናችሁ ሂዱና ....፣ ከሙታን ተነሥቶአል፤ ቀድሞአችሁ ወደ .... ይሄዳል፤ በዚያ ታዩታላችሁ ብላችሁ ንገሯቸው። >>

ሰንበት	ተንቀጠቀጡ፤
መግደላዊትና	የሹዋን
መቃብሩን	ለደቀመዛሙርቱ፣
ከሰማይ	ገሊላ
መብረቅ	መልአኩም

የኢየሩሳሌም ከተማ

የኢየሩሳሌም ዘመን

የመጀመሪያ ነዶ በዓል   የመጽሐፍ ቅዱስ ታሪክ ሕትመት

የመሲሑ መጥፋት!

··

··

··

··

··

የገብስ መከር መጀመር

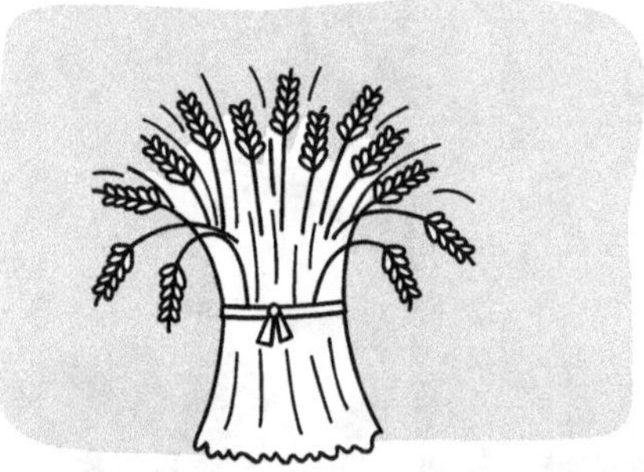

መልአክ በመቃብሩ ታየ!

··

··

··

··

ትንሣኤ!

ትንሣኤው መጽሐፍ ቢሆን ኖሮ… የሚል ርዕስ ይኖረው ነበር።

የየሹዋን መቃብር እየጠበቃችሁ እንደ ነበር አስቡ። የእግዚአብሔርን መልአክ ስታዩ ለሌላው ጠባቂ ምን ትሉት ነበር?

የትንሣኤው ታሪክ…………ያስተምረኛል።

መልአኩ መቃብሩን ሲከፍት ስዕል ሳሉ።

Jewish Voice Ministries International

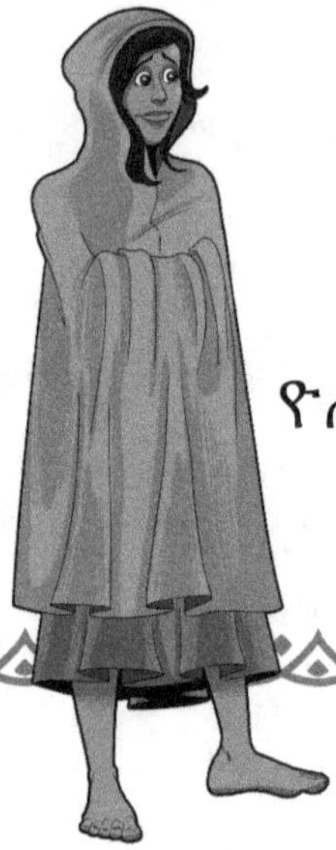

ማርያም መግደላዊት

ማቴዎስ 27-28፤ ሉቃስ 8፡24፤ ማርቆስ 15-16 እና
ዮሐንስ 19-20 አንብቡ። ከታች፤ ላሉት ጥያቄዎች መልስ ስጡ።

1. የሹዋ ከማርያም መግደላዊት ስንት አጋንንት ነበር ያስወጣላት? ....
2. ከማርያም መግደላዊት ጋር መስቀሉ ግርጌ የቆመው ማን ነበር? ....
3. ማርያም መግደላዊት የየሹዋን አካል በናይለን ልብስ ሲጠቀለል ያየችው ማንን ነው? ....
4. ማርያም መግደላዊት፣ ማርያምና ሰሎሜ ለመቃብሩ የሚሆን ሽቱ የገዙት ከየትኛው ቀን በኋላ ነበር? ....
5. ወደ መቃብሩ ሲሄዱ ምን እየተነጋገሩ ነበር? ....
6. የሹዋ ከሞት መነሣቱን ለማርያም መግደላዊት የነገራት ማን ነበር? ....
7. ከትንሣኤው በኋላ የሹዋ መጀመሪያ ለማን ነበር የታየው? ....
8. የሹዋ መቃበሩ ቦታ ማርያምን ሲያናግራት ማን እንደሆነ ነበር ያሰበችው? ....
9. እርሱን እንዳትነካ የሹዋ ለማርያም መግደላዊት የነገራት ለምንድን ነው? ....
10. የሹዋን ካየች በኋላ ማርያም መግደላዊት ለደቀመዛሙርቱ ምን ነገረቻቸው? ....

Jewish Voice Ministries International

ማርያም መግደላዊት

ዮሐንስ 20፥18 አንብቡና ከታች ያለውን ጥቅስ ጻፉ።

....

....

....

1. የሹዋ ከሞት መነሣቱን ለማርያም የነገራት ማን ነው?

....

....

2. ከትንሣኤው በኋላ የሹዋ መጀመሪያ የታየው ለማን ነው?

....

....

3. የሹዋን ካየች በኋላ ማርያም ለደቀመዛሙርቱ የነገረቻቸው ምን ነበር?

....

....

ከታሪኩ የወደዳችሁትን ሁኔታ ሳሉ።

የማርያም መግደላዊት ሕይወት የሚያስተምረኝ ምንድነው?	እግዚአብሔር ማርያምን መግደላዊትን …ተጠቀመባት።
....	....
....	....

የመጀመሪያ ነዶ በዓል

ያልቦካ ቂጣ የሚበላበት ጊዜ በኢየሩሳሌም እንቅስቃሴ የሚበዛበት ወቅት ነበር። ከ250,00 እስከ 500,000 መካከል ያለ ሕዝብ በዓሉን ለማክበር ይመጡ ነበር። አንዳንዶቹ በኢየሩሳሌም ሲተኙ፣ ሌሎች በአቅራቢያ ባሉት መንደሮች ወይም በከተማው ዙሪያ ድንኳን ተክለው ይቈያሉ። ሰዎቹ ቤተ መቅደሱን ይጐበኛሉ፤ አስተማሪዎቹን ይሰማሉ፤ ወደ ቤት የሚወስዱት ስጦታዎች ይገዛሉ። ብዙ እንቅስቃሴ፣ ግብዣና ብዙ ወዳጆች ለማፍራት፣ የቀድሞውን ወዳጅነት ለማጠናከር ብዙ ዕድሎች ነበሩ።

በዚህ ወቅት የመጀመሪያ ነዶ በዓል ይከበራል። ያልቦካ ቂጣ በዓል ከተከበረ በኋላ ባለው ሰንበት ነበር የሚውለው። የመጀመሪያ ነዶ እግዚአብሔር ከወሰናቸው ቀኖች አንዱ ሲሆን፣ በመጽሐፍ ቅዱስ ዘመን የመጀመሪያው የፀደይ መከር በዓል ነበር። ከሌሎቹ መሥዋዕቶች ጋር የመጀመሪያውን ነዶ (ብዙውን ጊዜ የመጀመሪያው ነዶ በመባል የሚታወቀው የገብስ እሸት ነበር) በቤተ መቅደስ በእግዚአብሔር ፊት መወዝወዝ የሊቀ ካቾናቱ ሥራ ነበር። እስራኤላውያን ፍሬያቸውን ወይም እህሎቻቸውን የሚሰበስቡትና የሚያጭዱት ከዚህ ሥርዐት በኋላ ነበር።

የመጀመሪያው ነዶ የየሹዋ ትንሣኤ የጻድቃን የመጀመሪያ ፍሬ መሆኑን ያመለክታል። እርሱ ከሞት የተነሣው በዚሁ ቀን ነበር፤ ሐዋርያው ጳውሎስ ‘ክርስቶስ በኩራት ሆኖ (የመጀመሪያ) በእርግጥ ከሙታን ተነሥቶአል’ የሚለው ከዚህ የተነሣ ነው።

ገብሱን ከለር ቀቡ!

ነገር ግን ክርስቶስ ላንቀላፉት ሁሉ በኩራት ሆኖ በእርግጥ ከሙታን ተነሥቶአል። (1 ቆሮንቶስ 15፥20)

የመጀመሪያ ነዶ በዓል

ከመጽሐፍ ቅዱስ ማቴዎስ 28፥5-6 አንብቡ። ጥቅሶቹን መስመሮቹ
ላይ ጻፉ። ገጹ ግርጌ ያለውን ስዕል ከለር ቀቡ።

....

....

....

....

....

....

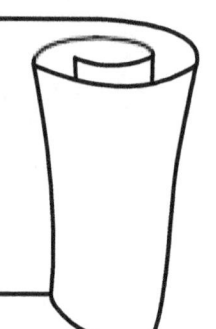

Jewish Voice Ministries International

ትምህርት 5 | የትምህርቱ ዕቅድ

ገሊላ እና ትንሣኤው

አስተማሪው :- ___________________________

የዛሬው የመጽሐፍ ቅዱስ ምንባብ፦ ዮሐንስ 21፥1-25፤ የሐዋርያት ሥራ 1፥1-11

የእንኳን መጣችሁ ጸሎት፡-

ትምህርቱን ከመጀመርህ በፊት ከልጆቹ ጋር አጭር ጸሎት አድርግ።

የትምህርቱ ግቦች፡-

በዚህ ትምህርት ልጆቹ፡-

1. ደቀ መዛሙርቱ ዓሣ ለማጥመድ ወደ ገሊላ ባሕር ሲሄዱ የሆነውን
2. የሹዋ ለደቀ መዛሙርቱ ስለተናገረው የመጨረሻ ቃል ይማራሉ።

ይህን ታውቃላችሁ?

ከመቃብር ከተነሣ በኋላ የሹዋ ከ500 ለሚበልጡ ሰዎች ታየ (1 ቆሮንቶስ 15፥6)

የመጽሐፍ ቅዱስ ትምህርት ዳሰሳ፡-

ደቀ መዛሙርቱ ወደ ገሊላ ተጓዙ። የሹዋን እየጠበቁ ሳለ ዓሣ ለማጥመድ ወደ ገሊላ ባሕር ሄዱ። ግን ምንም ዓሣ ለመያዝ አልቻሉም። አንድ እንግዳ ሰው መረባቸውን እንደገና እንዲጥሉ ከነገራቸው በኋላ ወዲያውኑ በዓሣዎች ተሞሉ። እንግዳው ሰውዬ የሹዋ መሆኑን ሲያውቁ ጀልባውን ወደ ዳር አውጥተው ከእርሱ ጋር ቁርስ በሉ። የሹዋ ለደቀ መዛሙርቱ በጣም ጠቃሚ ሥራ ሰጣቸው። ሂዱና አሕዛብን ሁሉ ደቀ መዛሙርት አድርጓቸው። እኔ ያሳየኋችሁን እንዲያደርጉ አስተምሯቸው። በኋላም ከበዓለ ሃምሳ ቀን በፊት (ሻቩ'ኦት) በኢየሩሳሌም እንደገና አገኛቸው። ወደ ቢታኒያ ደብረ ዘይት ተራራ ወሰዳቸው፤ ዐይናቸው እያየ ወደ ሰማይ ዐረገ።

Jewish Voice Ministries International

ትምህርቱን እንከልስ፦

ለተማሪዎቹ ጥያቄዎች፦

1. ምንም ዓሣ መያዝ ባልቻሉ ጊዜ ለደቀ መዛሙርቱ የተሰጣቸው መመሪያ ምን ነበር?
2. የሹዋ ጴጥሮስን የጠየቀው ምን ነበር? ስንት ጊዜ?
3. የሹዋ ለደቀ መዛሙርቱ የሰጣቸው ጠቃሚ መመሪያ ምን ነበር?
4. ደቀ መዛሙርቱ ተመልሰው ወደ ኢየሩሳሌም የሄዱት ለምን ነበር?
5. የሹዋ ወደ ሰማይ ያረገው የት ነበር?

የእግዚአብሔርን ቃል እንዲያስታውሱ ልጆችን ለመርዳት በቃል የሚያዝ ጥቅስ፦

ሂዱና ደቀመዛሙርት አድርጓቸው… (ማቴዎስ 28፥19)

የሚደረጉ ነገሮች፦

ጠመዝማዛው መንገድ፦ ደቀመዛሙርቱ ወደ ገሊላ እንዲሄዱ እርዷቸው
የካርታ ስራ፦ የገሊላ ባሕር
መሥሪያ ገጽ፦ የእስራኤላዊ ቤት
መሥሪያ ገጽ፦ የደቀመዝሙር ምንነት
ዕብራይስጥ እንማር፦ ዓሣ
የሚደረግ፦ ዓሣ መሥራት
መሥሪያ ገጽ፦ ቃሉ ምን ይላል?
መልስ መስጠት፤ ከለር መቀባት፦ የመሲሑ ምሳሌነት
ጥናታዊ መሥሪያ ገጽ፦ በዓለ ሃምሳ
ከለር መቀባት፦ ሂዱና ደቀመዛሙርት አድርጓቸው
መሥሪያ ገጽ፦ የኢየሩሳሌም ዘመን
አጭር የመጽሐፍ ቅዱስ ጥያቄ፦ ዕርገቱ
መሥሪያ ገጽ፦ መንፈስ ቅዱስ

የመዝጊያ ጸሎት

በአጭር ጸሎት ትምህርቱን አብቃ።

ወደ ገሊላ!

ደቀ መዛሙርቱ ወደ ገሊላ የሚሄዱበትን መንገድ እርዷቸው::

እርሱ ተነሥቶአል! መሥሪያ መጽሐፍ

የእስራኤል ምድር

ከየሹዋ ደቀመዛሙርት አንዳንዶቹ ቅፍርናሆም አካባቢ ነበር የሚኖሩት፤ በገሊላ ባሕር ዓሣ ያጠምዱ ነበር። እርሳስ ወይም እስክሪፕቶ በመጠቀም ከታች ካርታው ላይ ያሉትን ስድስት ቦታዎች ምልክት አድርጉባቸው። መልሱን ለማግኘት ኢንተርኔት ወይም አትላስ መጠቀም ይኖርባችሁ ይሆናል!

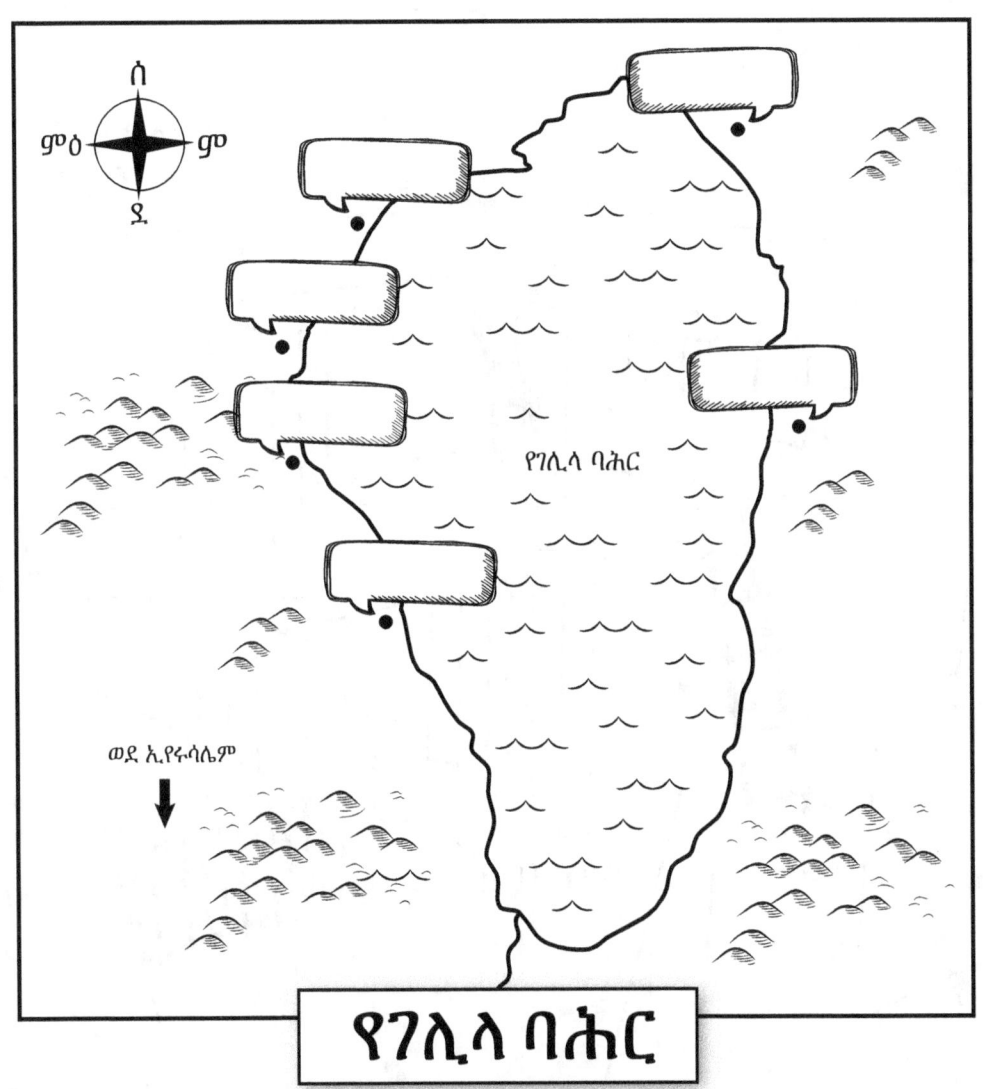

የገሊላ ባሕር
የገሊላ ባሕር

እነዚህን ቦታዎች ካርታው ላይ አግኙና ምልክት አድርጉባቸው፦

ጥብርያዶስ	ከሔርሳ
ቤተ ሳይዳ	ማግዳላ
ጌንሳሬጥ	ቅፍርናሆም

የእስራኤላዊ ቤት

በመጽሐፍ ቅዱስ ዘመን የብዙ እስራኤላውያን ቤቶች ትንንሽና ጠፍጣፋ ነበሩ። ከጭቃ በተሠራ ሸክላ ወይም በድንጋይ ነበር የሚሠሩት፤ ጣሪያዎቻቸው ከቅርንጫፎች ወይም ከጭቃ ጋር በተለወሰ ገለባ ይሠሩ ነበር። እነርሱን ከአውሬና ከሌቦች ለመጠበቅ የቤት እንስሳት ሌሊት በረት ውስጥ ነበር የሚያድሩት። ምን ታስባላችሁ? ደቀመዛሙርቱ በቅፍርናሆም እንዲህ ባሉ ቤቶች ይኖሩ ነበርን? ስዕሉን ከለር ቀቡ።

በገለባ የተሸፈነ
ጣሪያ
መኖሪያ ቦታ
ወጥ ቤት
በረት
የቤቱ ግቢ

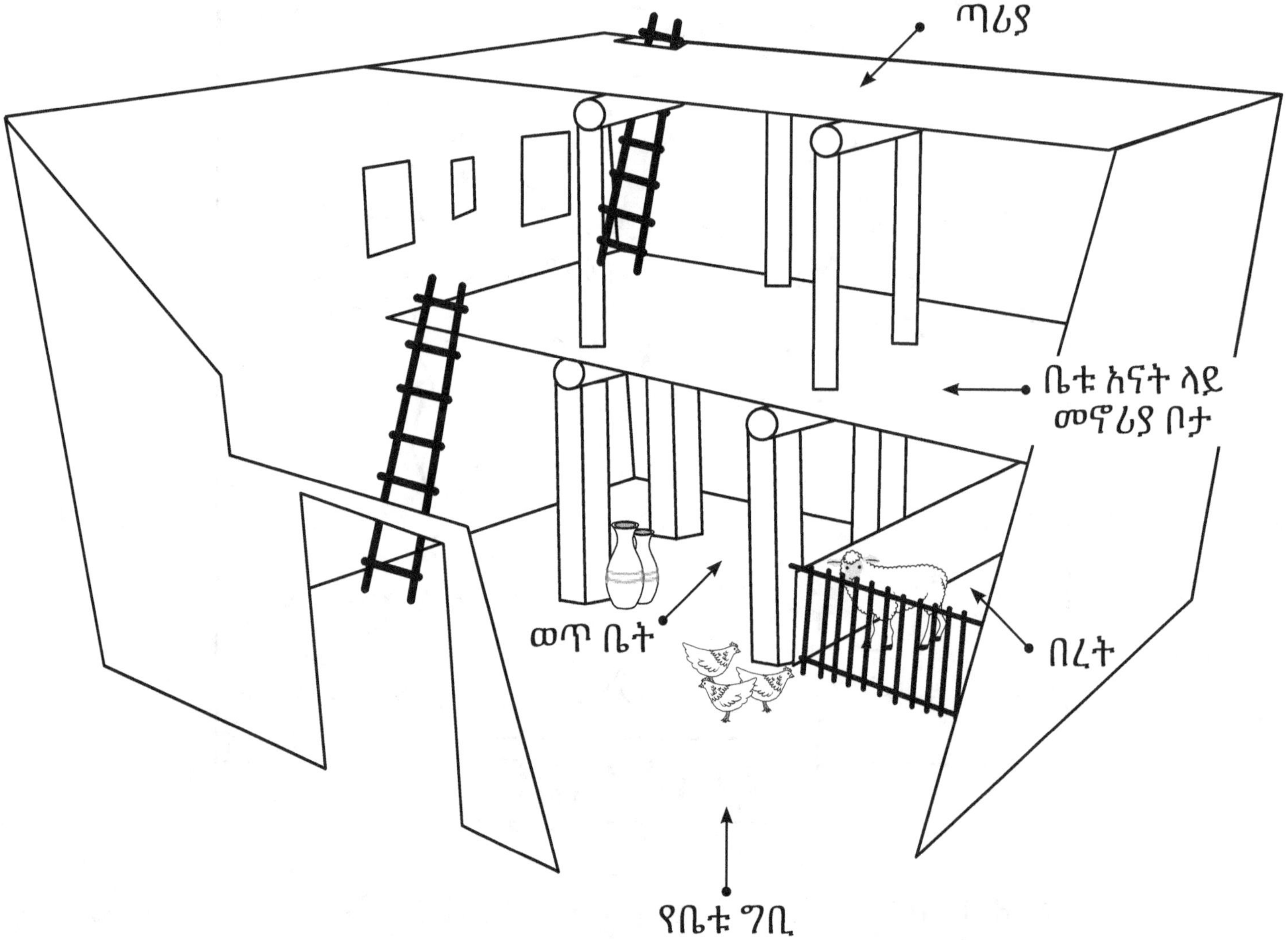

የደቀ መዝሙር ምንነት

የሹዋ ደቀመዛሙርቱን ሌሎችን ደቀመዛሙርት ማድረግ አስተማራቸው፡፡ የየሹዋ ደቀመዛሙርት እነማን ናቸው? ከታች ያሉትን እውነቶች አንብቡና ከሚመለከተው ደቀመዝሙር ጋር አዛምዱ፡፡

1. .... አንድ የይሁዳ ሰው የሹዋን ለ30 ጥሬ ብር ሸጠ፤ ራሱን ሰቀለ፡፡
2. .... የግሪክ ስሙ ዲዲሞስ ሲሆን፣ የየሹዋን ትንሣኤ ተጠራጠረ፡፡
3. .... የያዕቆብ ወንድም ነው፤ ሁለተኛ ስሙ ቦአርኔገስ ሲሆን፣ የነጐድጓድ ልጅ ማለት ነው፤ የዮሐንስ ወንጌልና የዮሐንስ ራእይን ጻፈ፡፡
4. .... የመጣው ከቤተ ሳይዳ ነበር፤ ከመጀመሪያ ደቀመዛሙርት አንዱ ነው፡፡
5. .... የዘብዴዎስ ልጅ ነው፤ በኢየሩሳሌም እና በይሁዳ ሰበከ፤ በ44 ዓ.ም በሄሮድስ አንገቱ ተቈረጠ፡፡
6. .... የጴጥሮስ ወንድምና ዓሣ አጥማጅ ነው፤ መጀመሪያ ላይ የመጥምቁ ዮሐንስ ደቀመዝሙር ነበር፡፡
7. .... ቀረጥ ሰብሳቢ ነበር፤ ሌዊ ተብሎም ይጠራል፡፡
8. .... ያዕቆብ የሚባል ታናሽ ወንድም ነበረው፤ በመጨረሻው ራት ጊዜ የሹዋን፣ ራስህን ለእኛና ለዓለም የማትገልጠው ለምንድነው? በማለት ጠይቆታል፡፡ (ዮሐንስ 14፡22)
9. .... የስሙ ትርጉም የቶሎማይ ልጅ ማለት ነው፤ የሚኖረው በቃና ነበር፡፡
10. .... ዓሣ አጥማጅ ነበር፤ ሦስት ጊዜ ኢየሱስን እንደማያውቅ ካደ፡፡

እንድርያስ	ይሁዳ
በርተሎሜዎስ	ይሁዳ (ወይም ታዴዎስ)
የዘብዴዎስ ልጅ ያዕቆብ	ማቴዎስ
ቶማስ	ጴጥሮስ
ዮሐንስ	ፊልጶስ

ዳግ

በዕብራይስጥ ዳግ ዓሣ ማለት ነው። ከደቀመዛሙርቱ ጥቂቶቹ (እንድርያስ፣ ጴጥሮስ፣ያዕቆብ እና ዮሐንስ) ዓሣ አጥማጆች ነበሩ። የሚኖሩት በቅፍርናሆም ውስጥ ወይም አጠገብ ሲሆን፣ መተዳደሪያቸው ከገሊላ ባሕር ዓሣ በማጥመድ ነበር።

ዳግ

דָגִים

ዓሣ

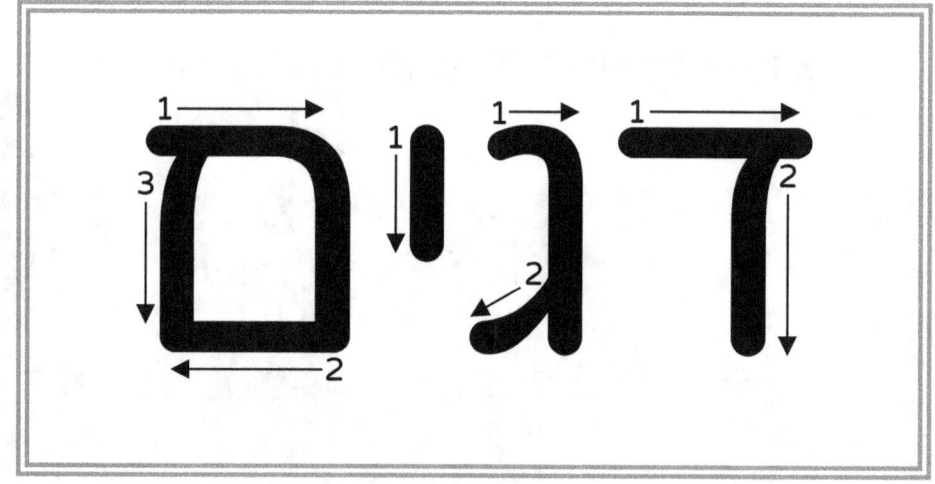

Jewish Voice Ministries International

እንጻፍ!

ከታች ባሉት መስመሮች ውስጥ ይህን የዕብራይስጥ ቃል መጻፍ ተለማመዱ።

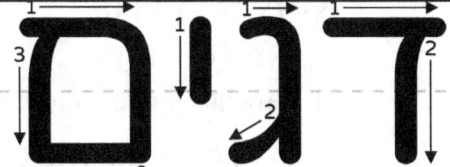

דגים

דגים

ይህን በራሳችሁ ሞክሩ፤ ዕብራይስጥ
የሚጻፈው ከቀኝ ወደ ግራ መሆኑን አስታውሱ።

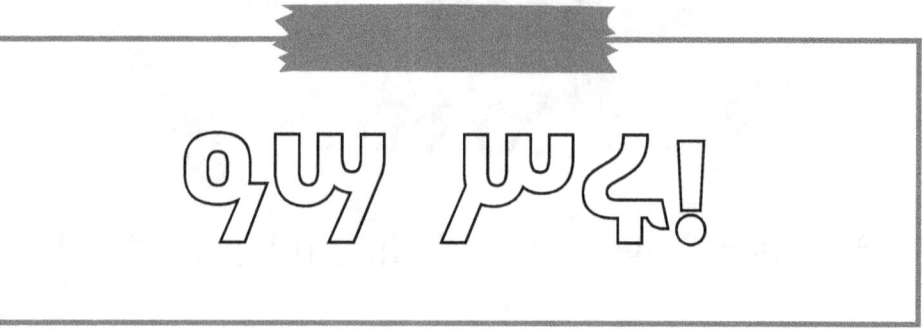

ዓሣ ሥሩ!

የሚያስፈልጋችሁ፦

1. የወረቀት ሳህን
2. ቀለም፤ ደማቅ መጻፊያ ወይም ጭቃ ከለር
3. መቀስ እና ስቴፕለር (ለዐዋቂዎች ብቻ)
4. ማጣበቂያ ወይም ሙጫ
5. አንጸባራቂ፣ ስስ ወረቀት፣ የዐይን ቅርጽ፣ የብረት ቁራጭ፣ ሳንቲሞች ወዘተ

መመሪያዎች፡-

1. ከወረቀት ሳህኑ ባለ ሦስት ቅርጽ (ትሪያንግል) መሥራት። ጭራ ለመሥራት በሳህኑ ግራና ቀኝ ስቴፕል ማድረግ ወይም ማጣበቅ።
2. በቀለም ወይም በጭቃ ከለር ልጅህ ዓሣውን እንዲቀባ መርዳት።
3. የዓሣውን ዐይን በከለር ማስዋብ፣ አንጸባራቂ፣ ስስ ወረቀት፣ሳንቲሞች ወዘተ።

ትወደኛለህን?

ዮሐንስ 21፥15-18 አንብቡ። ከታች ያለውን ባዶ ቦታ ሙሉ።

<< .... በልተው ካበቁ በኋላ፣ የሹዋ ስምዖን ጴጥሮስን፣ የዮና ልጅ ስምዖን ሆይ፥ከእነዚህ አብልጠህ ትወደኛለህን? አለው። እርሱም አዎን፣ ጌታ ሆይ፤ እንደምወድህ አንተ ታውቃለህ አለው። የሹዋም .... መግብ አለው። የሸዋም ለሁለተኛ ጊዜ፣ የዮና ልጅ ስምዖን ሆይ፤ ትወደኛለህን? አለው። እርሱም፣ አዎን፣ ጌታ ሆይ፣ .... አንተ ታውቃለህ አለው። የሹዋም በጐቼን ጠብቅ አለው። ሦስተኛም ጊዜ የዮና ልጅ ስምዖን ሆይ፤ ትወደኛለህን? አለው። ጴጥሮስም .... ጊዜ የሹዋ፣ ትወደኛለህን? ብሎ ስለ ጠየቀው ዐዝኖ፣ ጌታ ሆይ፤ አንተ ሁሉን ታውቃለህ አለው። .... እንዲህ አለው በጐቼን መግብ። እውነት እልሃለሁ፤ ወጣት ሳለህ ልብስህን ራስህ ለብሰህ ወደፈለግህበት .... ነበር፤ ስትሸመግል ግን እጅህን ትዘረጋለህ፤ ሌላም ሰው ………………………. አስታጥቆህ ልትሄድ ወደማትፈልግበት ....። >>

ቁርስ
ጠቦት
ፍቅር
ልብስ
መሄድ
መሸከም
የሹዋ
ሦስተኛ

Jewish Voice Ministries International

የመሲሑ ምሳሌነት

የሹዋ በዚህ ምድር በነበረ ጊዜ መጽሐፍ ቅዱስ ብሉይ ኪዳን ብቻ ነበር። መሲሑ ለሰዎች ሲናገር ብዙ ጊዜ ብሉይ ኪዳንን ነበር የሚጠቀሰው። ለጥያቄዎች መልስ ስጥ። የቶራ መምህሩን ስዕል ቀቡ።

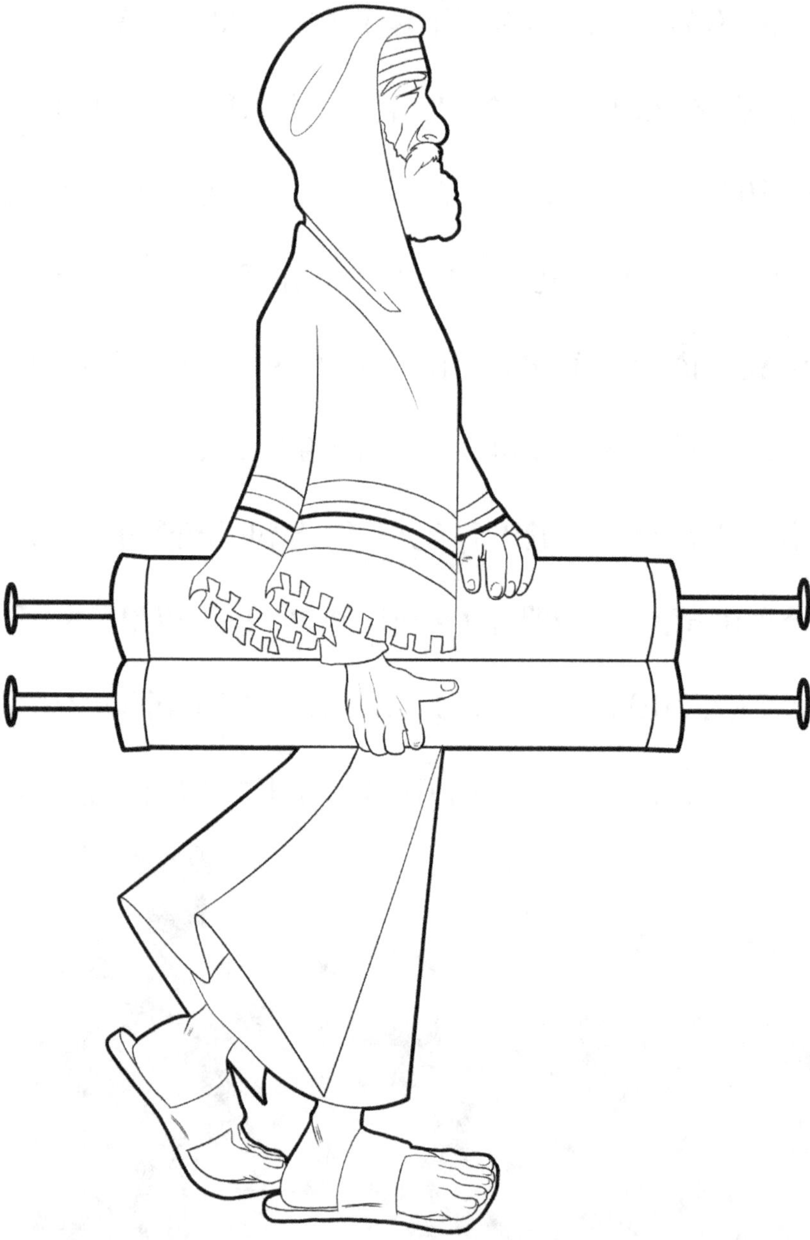

1. ማቴዎስ 27፥46 እና ማርቆስ 15፥34 ላይ የሹዋ ከየትኛው የብሉይ ኪዳን ክፍል ነበር የጠቀሰው?

....

....

....

....

2. ማቴዎስ 13፥14-15 ላይ የሹዋ ከየትኛው የብሉይ ኪዳን ክፍል ነበር የጠቀሰው?

....

....

....

....

3. ሉቃስ 19፥46 ላይ የሹዋ ከየትኛው የብሉይ ኪዳን ክፍል ነበር የጠቀሰው?

....

....

....

....

Jewish Voice Ministries International

በዓለ ሃምሳ

ከመጀመሪያው ነዶ ሃምሳ ቀን በኋላ (የሹዋ ከመቃብር የተነሣበት ቀን) በዓለ ሃምሳ (ሻቩ’ኦት) ይከበራል። በዓለ ሃምሳ ከእግዚአብሔር በዓሎች አንዱ ሲሆን፤ ‘የሳምንታት’ በዓል በመባልም ይታወቃል። በመጽሐፍ ቅዱስ ዘመን እስራኤላውያን ወንዶች ወደ ኢሩሳሌም በመሄድ ከሚያከብሯቸው ሦስት በዓሎች አንዱ ነበር። የሹዋ ወደ ሰማይ ባረገ ጊዜ ይህንን በዓል ለማክበር ደቀመዛሙርቱ በኢየሩሳሌም ነበሩ።

ሻቩ’ኦት ዐሥራ ሁለቱ የእስራኤል ነገዶች ዐሥሩን ትእዛዞች ሲና ተራራ ላይ የተቀበሉበት ጊዜ ነበር። እንደ እሳት ያሉ ምላሶች በወረዱ ጊዜ ጴጥሮስና ሌሎቹ ደቀመዛሙርት ሻቩ’ኦት ለማክበር በኢየሩሳሌም ነበሩ፤ ብዙ ሰዎች ደቀመዛሙርቱ በገዛ ራሳቸው ቋንቋ የተናገሩትን ሰምተዋል። እነዚህ ሰዎች በአሕዛብ መካከል የተበተኑት ዐሥሩ የእስራኤል ነገዶች ትውልድ መሆናቸውን ብዙ መጽሐፍ ቅዱስ ምሁራን ያምናሉ።

እስራኤላዊውን ከለር ቀቡ!

በዚህ ጊዜ ጴጥሮስና ደቀመዛሙርቱ በኢየሩሳሌም የነበሩት ለምን ነበር?

....

በመጽሐፍ ቅዱስ ውስጥ በሻቩ’ኦት ቀን የተፈጸሙ ሁለት ነገሮች ተናገር።

....

ሂዱና ደቀመዛሙርት አድርጉ

አሕዛብን ሁሉ ደቀመዛሙርት እንዲያደርጉ የሹዋ ለደቀመዛሙርቱ ተናገረ (ማቴዎስ 28፥19)። እርሱ ከሞተ በኋላ ደቀመዛሙርት ወዴት ነበር የሄዱት? ማቴዎስ 10 አንብቡና ወዴት ሄደው እንደነበር ተወያዩ። ስዕሉን ከለር ቀቡ።

የእስራኤል ቤት
በጎች እነማን
ናቸው?

Jewish Voice Ministries International

የኢየሩሳሌም ከተማ

የኢየሩሳሌም ዘመን

የሐዋርያት ሥራ 2 | በዓለ ሃምሳ | የመጽሐፍ ቅዱስ ታሪክ ሕትመት

የአምልኮ ቀን

....

....

....

....

....

....

የሃይማኖት ተጓዦቹ ደረሱ!

እስራኤላውያን ሻቩ'ኦት ያከብራሉ

....

....

....

....

እርገቱ

ማቴዎስ 28፥16-20፤ ማርቆስ 16፥19-20፤
ዮሐንስ 21 እና የሐዋርያት ሥራ 1፥12 አንብቡ።
ከታች ላሉት ጥያቄዎች መልስ ስጡ።

1. የሹዋ ከመቃብር ከተነሣ በኋላ ወደ ሰማይ ከማረጉ በፊት በምድር ምን ያህል ጊዜ ነበር የቈየው? ....
2. የሹዋ በኢየሩሳሌም ለደቀመዛሙርት ከታየ በኋላ ቀጥሎ ያገኙት የት ነበር? ....
3. ወደ ባሕር ዘሎ በመግባት እየዋኘ ወደ የሹዋ የመጣው ማን ነበር? ....
4. የሹዋ ሦስት ጊዜ ጴጥሮስን የጠየቀው ምን ነበር? ....
5. ወደ ሰማይ ከመሄዱ በፊት የሹዋ ለደቀመዛሙርቱ የሰጣቸው ተስፋ ምንድነው? ....
6. ወዴት ሄደው ለሰዎች ስለ እርሱ እንዲናገሩ ነበር የሹዋ ለደቀመዛሙርቱ የተናገረው? ....
7. የሹዋ ወደ ሰማይ ያረገው ከየትኛው ተራራ ነበር? ....
8. ወደ ሰማይ ሲያርግ የሹዋን ከሰዎች ዐይን የሰወረው ምን ነበር? ....
9. የሹዋ ወደ ሰማይ በሄደ ጊዜ ለደቀመዛሙርቱ የታዩ እነማን ነበሩ? ....
10. እነዚህ ሰዎች ለደቀመዛሙርቱ የነገሯቸው ምንድነው? ....

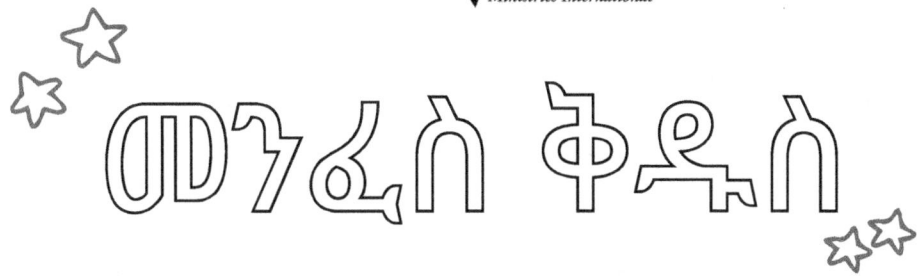

Jewish Voice Ministries International

መንፈስ ቅዱስ

ዮሐንስ 16፥8 አንብቡ። የመንፈስ ቅዱስ ድርሻ……………..ነው።

1 ዮሐንስ 1፥3፥4 አንብቡ። መጽሐፍ ቅዱስ ኀጢአት……………..መሆኑን ይናገራል።

በሕይወቴ ያለው የመንፈስ ቅዱስ ፍሬ……………..ነው።

ዘዳግም 6፥24-25 አንብቡ። ……………..ጻድቃን እንሆናለን።

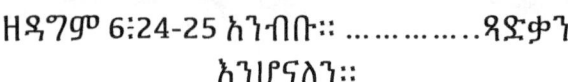

የእጅ ሥራዎችና ፕሮጀክቶች

የወረቀት ሳህን ጎልጎታ መሥራት

የሚያስፈልጉ ነገሮች፦

1. የወረቀት ሳህን (ለእያንዳንዱ ልጅ)
2. ቀለም፣ ደማቅ መጻፊያ ወይም ጭቃ ከለር
3. ማጣበቂያ፣ ሙጫ ወይም ስቴፕለር
4. መቀስ (ለዐዋቂዎች ብቻ)

መመሪያዎች፡-

1. የወረቀቱን ሳህን በግማሽ መቅደድ። ሳህኑን አረንጓዴ መቀባት (ሳር እንዲመስል)።
2. በወረቀቱ የተሠሩ መስቀሎች ቀጥሎ ካለው ገጽ መቁረጥ። መስቀሎቹን ቡናማ መቀባት (እንጨት እንዲመስል)።
3. ሦስቱን መስቀሎች የወረቀቱ ሳህኑ ጫፍ ላይ ማጣበቅ ወይም በስቴፕለር ማያያዝ።

1.
2.
3.
ta-da!

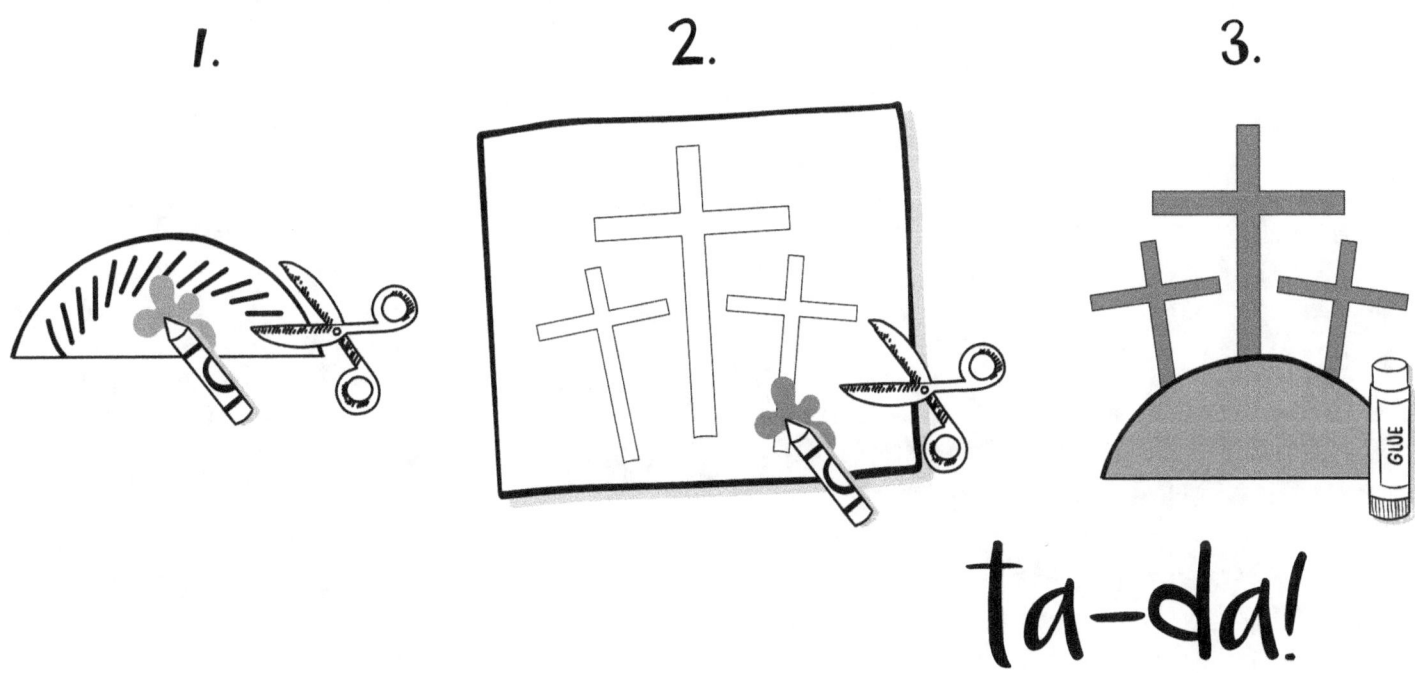

እርሱ ተነሥቷል! መሥሪያ መጽሐፍ

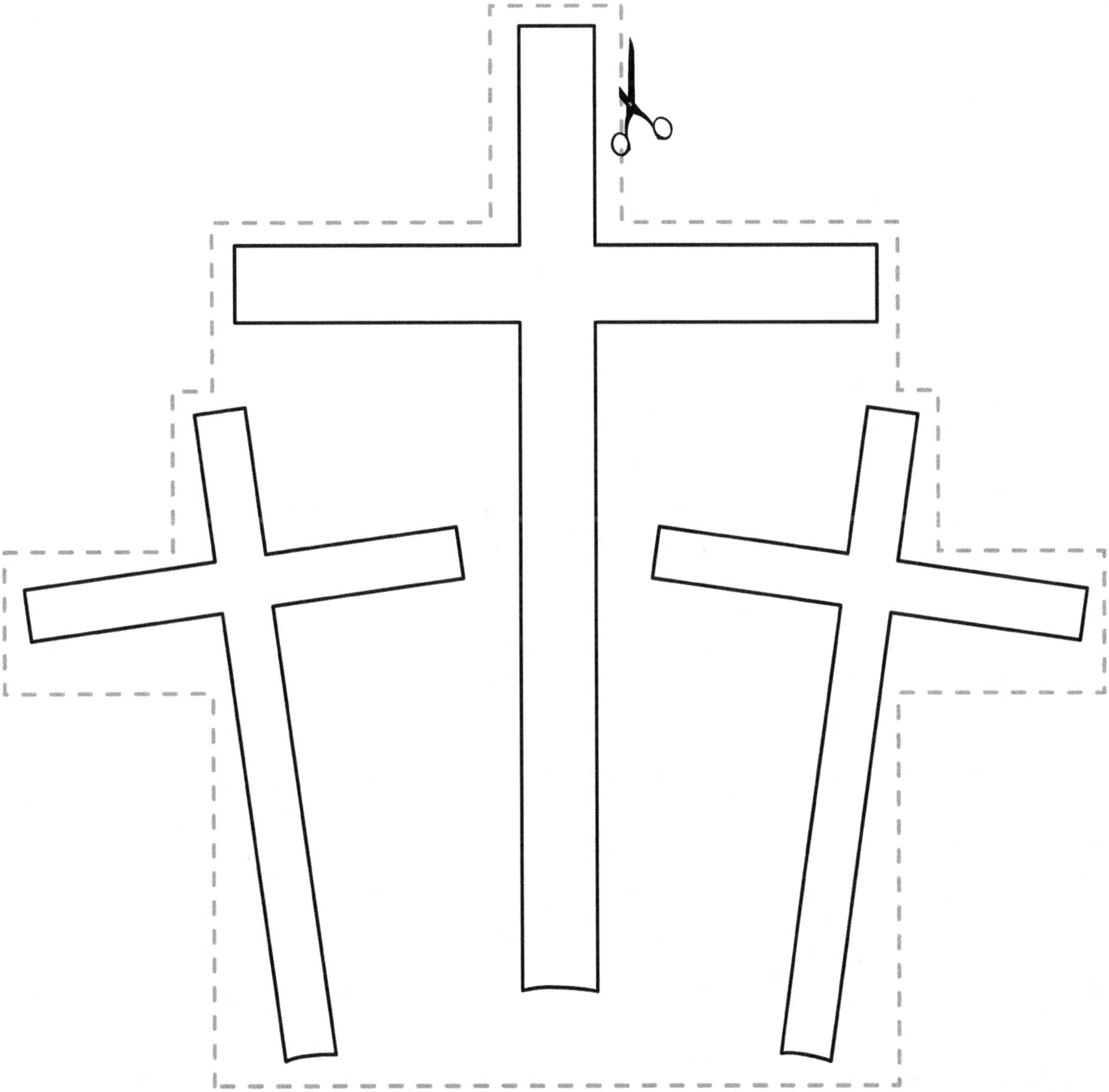

ከወረቀት ሳህን መቃብር ሥሩ

የሚያስፈልጉ ነገሮች፦

1. ሁለት ወፍራም የወረቀት ሳህኖች (ትርፍ ያለውን ጠንካራ ወረቀት ተጠቀሙ)
2. በጣም ጠንካራ ካርድ
3. ግራጫ ቀለም ወይም ጭቃ ከለር
4. የሹዋና መላእክቱ የመጽሐፍ ቅዱስ ገጸ ባሕርያት (የሚቀጥለውን ገጽ ተመልከቱ)
5. መቀሶች (ለዐዋቂዎች ብቻ)
6. የማጣበቅ ኀይል ያለው ሙጫ ወይም ማጣበቂያ

ዝግጅቱ፦

የሹዋና መልአኩን የመጽሐፍ ቅዱስ ባሕርያት አትሙ። ወፍራም ካርድ ላይ ኮፒ አድርጉ፤ ገጸ ባሕርያቱን ቆዳችሁ አውጡ።

መመሪያዎች፦

1. መቆም እንዲችሉ የሁለቱንም ወረቀቶች ግርጌ ቀደዱ።
2. የወረቀት ሳህኑን ግራጫ ቀቡት ወይም ከለር አድርጉት። የፊት ለፊቱንና የጀርባውን ከለር ማድረግ አትርሱ!
3. የወረቀት ሳህኑ በመድረቅ ላይ ሳለ፣ የሹዋንና መልአኩን ከለር እንዲቀቡ ልጆቹን ንገራቸው።
4. የወረቀት ሳህኑን በመቀደድ በር ሥሩለት። መቃብር ለመሥራት ሁለቱን የወረቀት ሳህኖች አጣብቋቸው።
5. የሹዋንና መልአኩን መቃብሩ ላይ አጣብቁ።

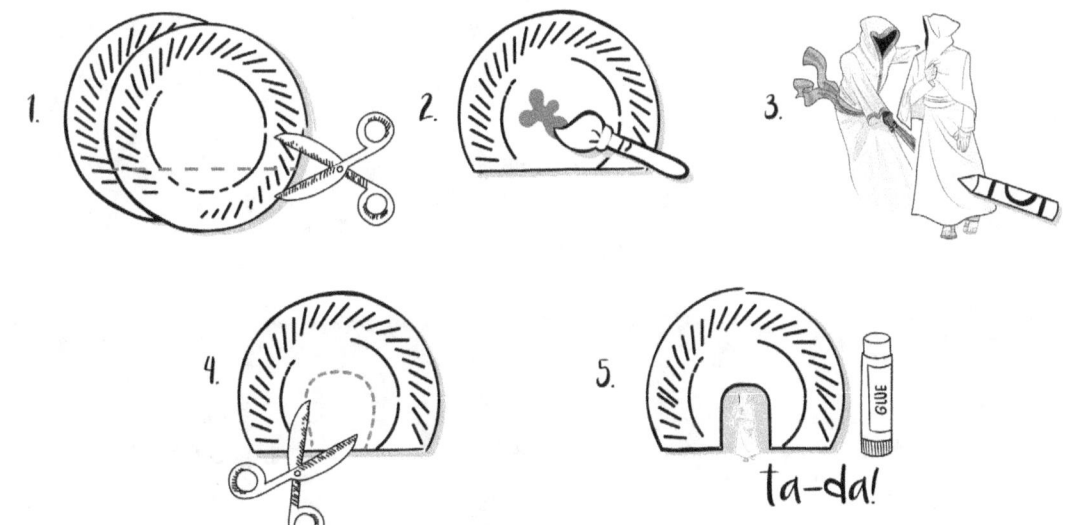

ta-da!

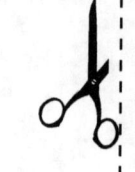

Jewish Voice Ministries International

የመጽሐፍ ቅዱስ ገጸ ባሕርያት፦ የሹዋና መልአኩ።

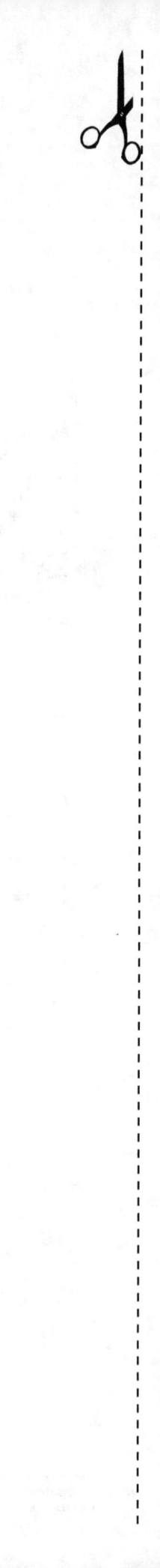

Jewish Voice Ministries International

መልሶቹ

ትምህርት አንድ፦ የመጨረሻው ራት
እንከልስ፦

1. በአንድነት መብላት
2. የሹዋን የት እንደሚያገኙት ይሁዳ ለሃይማኖት መሪዎቹ ተናገረ
3. የሹዋ የደቀመዛሙርቱን እግር አጠበ
4. ደብረ ዘይት ተራራ ላይ ወዳለው አትክልት ቦታ (ጌቴሴማኒ የሚባል)
5. ደቀመዛሙርቱ የሹዋን ትተው ሸሹ

አጭር የመጽሐፍ ቅዱስ ጥያቄ፦ የመጨረሻ ራት

1. በኢየሩሳሌም በሚገባ የተዘጋጀ ክፍል
2. ወይንና እንጀራ
3. የሹዋ የደቀ መዛሙርቱን እግር አጠበ
4. ይሁዳ
5. እኔ እንደ ወደድኋችሁ እናንተም እርስ በርሳችሁ ተዋደዱ። እርስ በርሳችሁ ብትዋደዱ ሰዎች ሁሉ የእኔ ደቀመዛሙርት እንደሆናችሁ በዚህ ያውቃሉ።
6. ስምዖን ጴጥሮስ
7. እንደ ታላቅ የሚታይ ማን ነው
8. ትእዛዞቹን መፈጸም
9. መንፈስ ቅዱስ (ረዳት)
10. ደብረ ዘይት ተራራ ላይ ያለ አትክልት ቦታ

ጥናታዊ መሥሪያ ገጽ፦ ያልቦካ ቂጣ
የጥያቄ #2 መልስ

ሰባት ቀን ያልቦካ ቂጣ ትበላላችሁ። በመጀመሪያ ቀን እርሾ ከቤታችሁ ታስወግዳላችሁ፤ እስከ ሰባተኛው ቀን እርሾ ያለበትን የበላ፣ ያ ሰው ከእስራኤል ይቈረጥ። በመጀመሪያው ቀን የተቀደሰ ስብሰባ ታደርጋላችሁ፤ በሰባተኛውም ቀን የተቀደሰ ስብሰባ ታደርጋላችሁ፤ በእነዚህ ቀኖች ምንም ሥራ አይሠራም። ይሁን እንጂ፣ ለመብል የሚሆነው ብቻ ታዘጋጃላችሁ። የቂጣ በዓል ታከብራላችሁ፤ አባቶቻችሁን ከግብፅ ያወጣሁት በዚህ ቀን ነው። ስለዚህ ይህን ቀን በትውልዳችሁ ሁሉ እንደ ሕግ ለዘላለም ታከብራላችሁ። በመጀመሪያ ወር ከወሩም በአሥራ አራተኛው ቀን ምሽት ላይ እስከ ወሩ ሃያ አንደኛ ቀን ምሽት ድረስ ያልቦካ ቂጣ ትበላለችሁ። ለሰባት ቀን ምንም እርሾ በቤታችሁ መገኘት የለበትም።

ቃሉ ምን ይላል?

በመሸም ጊዜ ኢየሱስ ከዐሥራ ሁለቱ ጋር በማእድ ተቀመጠ፤ በመብላት ላይ ሳሉም፣ እውነት እላችኋለሁ፣ ከእናንተ አንዱ አሳልፎ ይሰጠኛል አላቸው። እነርሱም እጅግ አዝነው ተራ በተራ፣ ጌታ ሆይ፣ እኔ እሆን ይሆን? አሉት። እርሱም መልሶ እንዲህ አላቸው፤ አሳልፎ የሚሰጠኝ ከወጭቱ ውስጥ አብሮኝ ያጠቀሰው ነው፤ የሰው ልጅ ስለ እርሱ እንደ ተጻፈው ይሄዳል፤ ነገር ግን የሰውን ልጅ አሳልፎ ለሚሰጠው ሰው ወዮለት፤ ለዚያ ሰው ሳይወለድ ቢቀር ይሻለው ነበር። አሳልፎ የሚሰጠው ይሁዳም፣ መምህር ሆይ፣እኔ እሆንን? አለው። እርሱም፣ አንተ አልህ አለው። እየበሉ ሳሉ፣ ኢየሱስ እንጀራውን አንሥቶ ባረከ፤ ቈርሶም ለደቀመዛሙርቱ በመስጠት፣ እንካችሁ ብሉ፤ ይህ ሥጋዬ ነው አላቸው። ከዚያም ጽዋውንም አንሥቶ አመሰገነ፤ ለደቀመዛሙርቱም በመስጠት እንዲህ አላቸው፤ ሁላችሁም ከዚህ ጠጡ፤ ስለ ብዙዎች የኀጢአት ይቅርታ የሚፈስ የአዲስ ኪዳን ደሜ ይህ ነው። እላችኋለሁ፤ በአባቴ መንግሥት ከእናንተ ጋር በአዲስ መልክ እስከምጠጣበት እስከዚያ ቀን ድረስ ከእንግዲህ ከዚህ የወይን ፍሬ አልጠጣም።

አጭር የመጽሐፍ ቅዱስ ጥያቄ፦ ደብረ ዘይት ተራራ

1. በኢየሩሳሌም
2. ጌቴሴማኒ
3. ሦስቱ ደቀመዛሙርት ተኙ
4. ይሁዳ
5. በመሳም
6. መልአኩ
7. 30 ጥሬ ብር
8. ያልቦካ ቂጣ በዓል
9. የሹዋን ትተው ሸሹ
10. መጀመሪያ ወደ ሐና ወደ ሊቀ ካህናቱ ቀያፋ አማት ወሰዱት። ከዚያም ቀያፋና ሸንጐው ሰንሔድሪን ፊት እንዲቈም የሹዋን ወሰዱት።

ጥናታዊ መሥሪያ ገጽ፦ የሃይማኖት መሪዎቹ

1. ለአይሁድ ሕዝብ ሃይማኖታዊ ሕይወት ሕግ ማውጣት ብቻ ሳይሆን፣ እነርሱ ራሳቸውም ገዦችና ዳኞች ነበሩ። ሳንሔድሪን (የአይሁድ ሸንጐ) ሊቀ ካህናቱና ሰባ ሰዎች ያሉበት የጥንት እስራኤል ከፍተኛ ፍርድ ቤት ነበር።
2. ዕብራውያን በሮማውያን አገዛዝና ግብር (ቀረጥ) ተሰላችተው ነበር።

ትምህርት ሦስት፦ የጐልጐታ መንገድ
እንከልስ፦

1. የአይሁድ ሸንጐ ሊቀ ካህናቱና የሃይማኖት መሪዎች ያሉበት ነበር
2. የሞት ፍርድ መፍረድ የሚችል ጲላጦስ ብቻ ነበር
3. ይሁዳ በጸጸት ተሞላ
4. ጐልጐታ
5. ሁለት ወንጀለኞች

አጭር የመጽሐፍ ቅዱስ ጥያቄ፦ ጲላጦስ

1. ሮማዊ ገዢ
2. ኢየሩሳሌም
3. የፍርድ ወንበር
4. በርባን

5. በእርሱ ምክንያት ዛሬ በሕልም ብዙ ስለተሰቃየሁ፣ በዚህ ንጹሕ ሰው ላይ ምንም ነገር እንዳታደርግ።
6. ስቀለው
7. እኔ ከዚህ ሰው ደም ንጹሕ ነኝ፤ ከእንግዲህ ኀላፊነቱ የራሳችሁ ነው።
8. የእሾኽ አክሊል
9. የአርማትያሱ ዮሴፍ
10. ደቀመዛሙርቱ አካሉን እንዳይሰርቁ የሃይማኖት መሪዎቹ ሰግተው ነበር።

ጥናታዊ መሥሪያ ገጽ፦ ጴንጤናዊው ጲላጦስ ማን ነበር?

1. ጲላጦስ ትዕቢትን፣ ዐመፅን፣ ስግብግብነትን፣ ያለ ፍርድ መግደልን እና በዕብራውያን ሕዝብ ላይ ከባድ ጭካኔ በመፈጸም ወንጀል ተከስሶ ነበር።
2. ጴንጤናዊ ጲላጦስ ፍጹማዊ የይሁዳ ገዥ የሚል ጽሑፍ ያለበት የኖራ ሐውልት።

ጥናታዊ መሥርያ ገጽ፦ የቤተ መቅደሱ ጫኺ
ለቁጥር #1 ጥያቄ መልስ፦

ወዲያ ወዲህ በመብረር ቤተ መቅደሱን እንዳያረክሱ ዶሮዎች ይከለከሉ ነበር።

መልስ መስጠት፤ ከለር መቀባት፦ ጉዞ ወደ ጎልጎታ

1. ጲላጦስ፣ ሮማዊው ገዥ
2. የመስቀሉ ግንድ
3. የናዝሬቱ የሹዋ የአይሁድ ንጉሥ

አጭር የመጽሐፍ ቅዱስ ጥያቄ፦ ይሁዳ

1. ደቀመዛሙርት
2. ቁራሽ እንጀራ
3. የሃይማኖት መሪዎቹ (ሊቀ ካህናቱ)
4. 30 ጥሬ ብር
5. የጌቴሴማኒ አትክልት ቦታ
6. በመሳም
7. ጌታ
8. አኬልዳማ (የደም መሬት)
9. ዮሴፍና ማትያስ
10. ማትያስ

ትምህርት ሦስት፦ ስቅለት
እንከልስ፦

1. ቤተ መቅደስን አፍርሰህ በሦስት ቀን ውስጥ የምትሠራው፤ እስቲ ራስህን አድን፤ የእግዚአብሔር ልጅ ከሆንህ በል ከመስቀል ውረድ
2. ከምሽት በኋላ ለፋሲካ ምግብ በጎች ይታረዱ ነበር።
3. አባት ሆይ፤ መንፈሴን በእጅህ አኖራለሁ።
4. ከተማዋ በመሬት መናወጥ ተመታች፤ ዐለቶች ተሰነጠቁ፤ የቤተ መቅደሱ መጋረጃ ከላይ ወደ ታች ተቀደደ
5. የሮም ወታደር የየሹዋን ጎን በጦር ወጋው

አጭር የመጽሐፍ ቅዱስ ጥያቄ፦ እንጨት ላይ መሞት

1. ጲላጦስ፣ ሮማዊው ገዥ
2. የቀሬናው ስምዖን
3. ጎልጎታ
4. የአይሁድ ንጉሥ
5. አምላኬ አምላኬ ለምን ተውኸኝ?
6. ሁለት ወንጀለኞች
7. ሦስት ሰዓት
8. የአርማትያሱ ዮሴፍ
9. ጦር
10. ናይለን ጨርቅ

ከለር መቀባት፦ ስቅለት

1. የቤተ መቅደሱ መጋረጃ
2. የመሬት መናወጥ
3. መቶ አለቃውና የሹዋን ይጠብቁ የነበሩ ወታደሮች

አጭር የመጽሐፍ ቅዱስ ጥያቄ፦ የፋሲካ ምግብ

1. ዐሥር
2. የቤታቸውን መድረክና ደጃፍ በበግ ደም መቀባት
3. የመጀመሪያው ወር (አቢብ) ዐሥረኛ ቀን ላይ
4. በመጀመሪያው ወር (አቢብ) 14ኛ ቀን ምሽት ላይ
5. በግ፣ ቂጣ እና መራራ ቅጠል
6. ያልቦካ ቂጣ(ማትዛሕ)
7. ያልቦካ ቂጣ በዓል
8. በትውልድ ዘመን ሁሉ (ለዘላለም)
9. ጎልጎታ
10. ይሁዳ

የመረዳት ሥራ ሉህ፡ የሃይማኖት መሪዎች

1. የሃይማኖት መሪዎቹ ለዕብራውያን ሃይማኖታዊ ሕይወት ሕግ ያወጡ ነበር፤ እነርሱ ራሳቸው ገዦችና ዳኞች ነበሩ።
2. ብዙዎቹ የሃይማኖት መሪዎች (ሊቀ ካህናቱና ካህናቱን ጨምሮ) በምቾት ነበር የሚኖሩት። ዕብራውያን በሚከፍሉት የቤተ መቅደስ ግብር የምቾት ኑሮ ይኖሩ ነበር። ሄሮድስና የሮም መንግሥት ከጫኑባቸው ግብር በተጨማሪ ይህ የቤተ መቅደስ ግብር ብዙዎቹ በድኽነት ውስጥ እንዲኖሩ ከባድ ሸክም ሆኖባቸው ነበር።

ጥቅሱን መበታተን፦ የመሲሑን አካል ወጋው ማን ነው?

ነገር ግን ከወታደሮቹ አንዱ የኢየሱስን ጎን በጦር ወጋው፤ ወዲያውም ደምና ወሃ ፈሰሰ። (ዮሐንስ 19፥34)

መሥሪያ ገጽ፦ ጥቅሶቹን ማዛመድ

አባት ሆይ፣ የሚያደርጉትን አያውቁምና ይቅር በላቸው። (ሉቃስ 23፥34)
ሰውየውን አላውቀውም (ማቴዎስ 26፥72)
በሕያው እግዚአብሔር ስም አምልሃለሁ፤ አንተ ክርስቶስ የእግዚአብሔር ልጅ እንደሆንህ ንገረን። (ማቴዎስ 26፥63)
እናንተ ወስዳችሁ ስቀሉት፤ በእኔ በኩል ለክስ የሚያደርስ ወንጀል አላገኘሁበትም (ዮሐንስ 19፥6)

ጥናታዊ መሥሪያ ገጽ፦ ቤተ መቅደሱ
1. ሄሮድስ የቤተ መቅደሱን ተራራ ያስፋፋበት አንድ ምክንያት የቂጣ በዓልን፣ በዓለ ሃምሳን (ሻቩ'ኦት) እና የዳስ በዓልን (ሱኮት) ለማክበር ወደ ኢየሩሳሌም የሚመጡ ብዛት ያላቸውን የሃይማኖት ተጓዦች ለማስተናገድ በቂ ቦታ እንዲኖር ነበር።
2. መሥዋዕት ማቅረብ የሚፈልጉ እስራኤላውያን በቡድን ይሰባሰቡ ነበር። እያንዳንዱ ሰው ለዚያ የሰዎች ስብስብ አንድ በግ ያርድ ነበር። ከሌሎች እንስሳት መሥዋዕቶች በተለየ መልኩ የፋሲካውን በግ መሥዋዕት የሚያቀርቡ ራሳቸው እስራኤላውያን ነበሩ። እንደ ሌሎቹ የሰላም መሥዋዕቶች ሁሉ በውስጠኛው አደባባይ ነበር የሚቀርበው፤ ደሙ መሠዊያው ላይ ይረጫል። አንደኛው ቡድን ሥርዓቱን ካበቃ በኋላ፣ እንደገና በሩ ይከፈትና ሁለተኛው ቡድን ይገባል። በጐቹ ይጠበሱና በዚያው ሌሊት ይበላሉ።

መሥሪያ ገጽ፦ እውነት ወይስ ሐሰት?
ወታደሮቹ የየሹዋን ልብስ ስድስት ቦታ ተከፋፈሉ (ሐሰት)
ወታደሮቹ የየሹዋን እግሮች ሰበሩ (ሐሰት)
ከየሹዋ ጐን ደምና ውሃ ወጣ (እውነት)
የሹዋ ከሞተ በኋላ ሞተው የነበሩ ብዙ ቅዱሳን ከሞት ተነሡ (እውነት)
በየሹዋ ራስጌ፣ ይህ አይሁድ ንጉሥ ነው የሚል ጽሑፍ ተጽፎ ነበር (እውነት)
የሹዋ ወንድ አያቱ መስቀሉ ግርጌ ቄሞ አየ (ሐሰት)

ትምህርት አራት፦ እርሱ ተነሥቶአል?
እንከልስ፦
1. የአርማትያሱ ዮሴፍ
2. የየሹዋ ደቀመዛሙርት መጥተው አካሉን እንዳይሰርቁ የሃይማኖት መሪዎቹ ፈርተው ነበር
3. መልአክ
4. አትፍሩ የተሰቀለውን የሹዋን እንደምትፈልጉ አውቃለሁና፤ እርሱ በዚህ የለም፤ እንደ ተናገረው ተነሥቶአል፤ ኑና ተኝቶበት የነበረውን ቦታ እዩ።
5. ያዩትን ለማንም እንዳይናገሩ ካህናቱ ለጠባቂዎቹ ጉቦ ሰጡ

አጭር የመጽሐፍ ቅዱስ ጥያቄ፦ ትንሣኤው
1. መልአክ
2. የመጀመሪያ ነዶ፤ ያልቦካ ቂጣ በሚበላበት ሳምንት
3. ገንዘብ
4. ማርያም መግደላዊት
5. ባዶ መቃብር
6. ሕያው የሆነውን እርሱን ለምን ከሙታን መካከል ትፈልጋላችሁ? እርሱ ተነሥቶአል።
7. ቶማስ
8. የገሊላ ባሕር
9. 40 ቀን (የሐዋርያት ሥራ 1፡3)
10. ሂዱና ደቀመዛሙርት አድርጉ

መልስ መስጠት፤ ከለር መቀባት፦ የሃይማኖት መሪዎቹ
1. የሮም ወታደሮች ቡድን
2. ጉቦ (ገንዘብ)
3. እኛ ተኝተን ሳለን ሌሊት ደቀመዛሙርቱ መጥተው ሰረቁት

ቃሉ ምን ይላል
ሰንበት ካለፈ በኋላ፣ በሳምንቱ መጀመሪያ ቀን ጐህ ሲቀድ፣ ማርያም መግደላዊትና ሌላዋ ማርያም መቃብሩን ሊያዩ ሄዱ። በድንገት ታላቅ የምድር መናወጥ ሆነ፤ የጌታም መልአክ ከሰማይ ወረደ ወደ መቃብሩ በመሄድ ድንጋዩን አንከባሎ በላዩ ላይ ተቀመጠበት። መልኩ እንደ መብረቅ ብሩህ፣ ልብሱም እንደ በረዶ ነጭ ነበር። ጠባቂዎቹ መልአኩን ከመፍራት የተነሣ ተንቀጠቀጡ፤ እንደ በድንም ሆኑ። መልአኩም ሴቶቹን እንዲህ አላቸው፤ አትፍሩ፤ የተሰቀለውን የሹዋን እንደምትፈልጉ አውቃለሁና፤ እርሱ በዚህ የለም፤ እንደተናገረው ተነሥቶአል፤ ኑና ተኝቶበት የነበረውን ቦታ እዩ። አሁንም ፈጥናችሁ ሂዱና ለደቀመዛሙርቱ፤ ከሙታን ተነሥቶአል፤ ቀድሞአችሁ ወደ ገሊላ ይሄዳል፤ በዚያ ታዩታላችሁ ብላችሁ ንገሯቸው።

አጭር የመጽሐፍ ቅዱስ ጥያቄ፦ ማርያም መግደላዊት
1. ሰባት አጋንንት
2. የየሹዋ እናትና እሳቷ፣ እና የቀለዮጳ ሚስት ማርያም
3. የአርማትያሱ ዮሴፍ
4. ሰንበት
5. መቃብሩ መግቢያ ላይ ያለውን ድንጋይ ማን ያንከባልልናል?
6. መልአክ
7. ማርያም መግደላዊት
8. አትክልተኛ
9. ገና ወደ አባቱ ስላላረገ
10. የሹዋን አየሁት!

ከለር መቀባት፦ መግደላዊት ማርያም
1. መልአክ
2. መግደላዊት ማርያም
3. የሹዋን አየሁት!

ትምህርት አምስት፦ ገሊላ
እንከልስ፦
1. እንደገና መረባቸውን ወደ ባሕር ጣሉ
2. ጴጥሮስ፣ ትወደኛለህን? ሦስት ጊዜ
3. ሂዱና ደቀ ደቀመዛሙርት አድርጉ
4. በበዓለ ሃምሳ ቀን (ሻቩ'ኦት በዓል) በአንድነት
5. ደብረ ዘይት ተራራ ላይ ያለው የቢታንያ ከተማ

መሥሪያ ገጽ፦ የደቀመዝሙር ምንነት
እንድርያስ=6፣ በርተሎሜዎስ=9፣ ያዕቆብ፣ የዘብዴዎስ ልጅ=5፣ ይሁዳ=1፣ ዮሐንስ=3፣ ይሁዳ=8፣ ማቴዎስ=7፣ ጴጥሮስ=10፣ ፊልጶስ=4፣ ቶማስ=2

ቃሉ ምን ይላል?

ቊርስ በልተው ካበቊ በኋላ፣ የሹዋ ስምዖን ጴጥሮስን፣ የዮና ልጅ ስምዖን ሆይ፣ከእነዚህ አብልጠህ ትወደኛለህን? አለው። እርሱም አዎን፣ ጌታ ሆይ፤ እንደምወድህ አንተ ታውቃለህ አለው። የሹዋም ጠቦቶቼን መግብ አለው። ኢየሱስም ለሁለተኛ ጊዜ፣ የዮና ልጅ ስምዖን ሆይ፤ ትወደኛለህን? አለው። እርሱም፣ አዎን፣ ጌታ ሆይ፣ እንደምወድህ አንተ ታውቃለህ አለው። የሹዋም በጐቼን ጠብቅ አለው። ሦስተኛም ጊዜ የዮና ልጅ ስምዖን ሆይ፤ ትወደኛለህን? አለው። ጴጥሮስም ሦስተኛ ጊዜ የሹዋ፣ ትወደኛለህን? ብሎ ስለ ጠየቀው ዐዘኖ፣ ጌታ ሆይ፤ አንተ ሁሉን ታውቃለህ አለው። የሹዋም እንዲህ አለው በጐቼን መግብ። እውነት እልሃለሁ፤ ወጣት ሳለህ ልብስህን ራስህ ለብሰህ ወደፈለግህበት ትሄድ ነበር፤ ስትሸመግል ግን እጅህን ትዘረጋለህ፤ ሌላም ሰው ልብስህን አስታጥቆህ ልትሄድ ወደማትፈልግበት ይወስድሃል።

መልስ መስጠት፤ ከለር መቀባት፦ የመሲሑ ምሳሌነት

1. መዝሙር 22፡2
2. ኢሳይያስ 6፡9-10
3. ኤርምያስ 7፡11

ጥናታዊ መሥሪያ ገጽ፦ በዓለ ሃምሳ

1. በዓለ ሃምሳ (ሻቩ'ኦት) ለማክብር
2. በሲና ተራራ ላይ ሕጉ ተሰጠ፤ የእሳት ምላሶች

አጭር መጽሐፍ ቅዱስ ጥያቄ፦ እርገቱ

1. አርባ ቀን
2. የገሊላ ባሕር
3. ጴጥሮስ
4. ትወደኛለህን?
5. መንፈስ ቅዱስ (ሩሕ ሐኮዴሽ)
6. ይሁዳ፣ ሰማርያና ሌሎች ብዙ አገሮች
7. ደብረ ዘይት ተራራ
8. ደመና
9. ነጭ የለበሱ ሁለት ሰዎች
10. ሲሄድ እንዳያቸሁት የሹዋ ወደ እናንተ ይመለሳል

Jewish Voice
Ministries International

Jewish Voice
Ministries International

www.jewishvoice.org